சமகால அரசியல் விமர்சனக் கட்டுரைகள்

போதையின் நிழலில் தடுமாறும் தமிழகம்

சமகால அரசியல் விமர்சனக் கட்டுரைகள்

ந.முருகேசபாண்டியன்

டிஸ்கவரி புக் பேலஸ்

கே.கே.நகர் மேற்கு, சென்னை - 600 078.
(பாண்டிச்சேரி கெஸ்ட் ஹவுஸ் அருகில்)
Ph: 044-6515 7525 Mobile: +91 87545 07070

போதையின் நிழலில் தடுமாறும் தமிழகம் (கட்டுரைகள்)
ஆசிரியர்: ந.முருகேசபாண்டியன்©

Pothaiyin Nizhalil Thadumaarum Thamizhagam (Essays)
Author: N.Murugesapandiyan©

Publisher: Discovery Book Palace (P) Ltd.
First Edition: Dec - 2016
Pages: 96 - ISBN: 978-93-84302-11-5
Cover Design: Manikandan
Book Design: R.Prakash

Discovery Book Palace (P) Ltd,
6, Mahaveer Complex, Munusamy Salai,
K.K.Nagar West,Chennai-600 078.
Ph: +91 - 44-6515 7525
Mobile: +91 87545 07070

E-mail: discoverybookpalace@gmail.com,
Website: www.discoverybookpalace.com

Rs. 80

என்னுரை

அறுபதுகளில் இந்தி எதிர்ப்புப் போராட்டம் தமிழகத்தில் எழுச்சியாக இருந்தபோது, தொடக்கப்பள்ளி மாணவனாக இருந்த எனக்கு ஆர்வம் ஏற்பட்டது, எப்படி என்பது இப்பவும் புலப்படவில்லை. சமயநல்லூர் அரசினர் உயர்நிலைப்பள்ளி மாணவர்கள் வகுப்பைப் புறக்கணித்து, சாலையில் இறங்கிப் போராடியபோது, எட்டு வயதுப் பையனாக இருந்த நானும் கோஷம் போட்டவாறு கலந்துகொண்டு வேடிக்கை பார்த்தேன். வகுப்பறையில் எல்லோரையும்விட முன்னணியில் இருக்க வேண்டுமென்ற ஆர்வத்தினால், பள்ளிப் பருவத்தில் ஆசிரியர்களுடன் நெருக்கமாக இருந்தேன். வகுப்பு மாணவர் தலைவனாக பத்து, பதினொன்று படிக்கும்போது இருந்திருக்கிறேன். எங்கள் வீட்டிற்கருகில் இருந்த மந்தையில் அடிக்கடி நடைபெற்ற அரசியல் கட்சியினரின் பொதுக்கூட்டங்களை ஆர்வத்துடன் கேட்டது, என்னை இயல்பிலே அரசியல் ஈடுபாடு மிக்கவனாக மாற்றியது. எனது பதின்பருவத்தில் இலக்கிய நூல்கள் வாசிப்பு ஒருபுறம் எனில், இன்னொருபுறம் அரசியல் கருத்துகளைப் பேசுவது உற்சாகத்துடன் நடைபெற்றது. எங்கள் குடும்பப் பின்புலம் திராவிட இயக்கச் சார்புடையதலால் முரசொலி, விடுதலை போன்ற அரசியல் நாளேடுகளைத் தினமும் வாசித்தது, எனக்குள் ஆழமான அரசியல் தாகத்தை ஏற்படுத்தியது. எழுபதுகளில் கல்லூரி மாணவப் பருவத்தில் நண்பர் புதிய ஜீவாவின் தொடர்பினால் மார்க்சிய அரசியல் சிந்தாந்த நூல்களை வாசித்து என்னை மார்க்சிஸ்டாகக் கருதி, பொதுவுடைமைக் கட்சியின் வெகுஜன அமைப்புகளில் செயல்பட்டேன். அந்த அமைப்புகளில் பெற்ற அனுபவங்கள், எந்தவொரு விஷயத்தையும் எப்படி அணுகுவது என்பதைக் கற்றுத் தந்தன. அரசியல் இல்லாமல் எதுவும் இல்லை என்ற புரிதல் இப்பவும் எனக்குள் வலுவாக உள்ளது

தமிழ்ச் சமூகம், பண்பாடு, அரசியல் குறித்து நண்பர்களுடன் விவாதிப்பது, இன்றளவும் தொடர்கிறது. 1985 ஆம் ஆண்டில்

திருவனந்தபுரம் நகரில் ஓராண்டு தங்கியிருந்தபொது, எனக்குள் உருவான ஒப்பீட்டு மனநிலை, தமிழர்களின் இருப்பு, வரலாறு, பண்பாடு குறித்து ஆழமாகச் சிந்திக்கத் தூண்டியது. தமிழ்ப் பண்பாட்டின் மேன்மையையும், நடப்பில் தமிழர்களின் சீரழிந்த வாழ்க்கையும் எனக்குள் எழுப்பிய கேள்விகள், முக்கியமானவை. தமிழர்களின் வாழ்க்கை மேம்படுவதற்காக நண்பர்களிடம் பேசிக்கொண்டிருந்த பேச்சுகள், ஒரு காலகட்டத்தில் எழுத்து வடிவம் பெற்றுப் பத்திரிகைகளில் பிரசுரமாயின. அரசு உதவி பெறும் தனியார் கல்லூரிப் பணியில் இருந்தபோதிலும், சமூக விமர்சனமாக எழுதப்பட்ட எனது கட்டுரைகளில் காத்திரமான அரசியல் பொதிந்திருந்தது. அரசியல் சமூக வாழ்க்கைக்கு ஆதாரமானது என்ற கருத்து, இளவயதிலே எனக்குள் படிந்திருந்தது. அன்றாட வாழ்க்கையில் பிரச்சினைக்குரியதாகத் தோன்றியதைக் கட்டுரையாக எழுதுவதில் எனக்கு எப்பவும் தயக்கம் இல்லை. அரசியலும் விதிவிலக்கு அல்ல.

அரசியல் சாக்கடை என்ற கருத்தில் எனக்கு ஒருபோதும் உடன்பாடு கிடையாது. கல்வியாளர்களும், சிந்தனையாளர்களும் அரசியலில் ஈடுபடாத காரணத்தினால்தான், கிரிமினல்களும், ஊரை அடித்து உலையில் போடுகிற ஊழல் பேர்வழிகளும் அரசியலில் ஈடுபட்டு, அதிகாரத்தைக் கைப்பற்றி, ஊழலை நடைமுறையாக்கி விட்டனர். இன்னொருபுறம் திரைப்படம் என்ற போதையினால் நடிகர்களைத் தலைவர்களாகக் கருதுகின்ற போக்கு, தமிழர்களிடையில் ஆழமாக வேரூன்றி விட்டது. இத்தகைய சூழலில் தமிழர்களுக்கு விடிவு இல்லையா என்று யோசித்த நிலையில், அரசியலை முன்வைத்துக் கட்டுரைகள் எழுதத் தொடங்கினேன், இன்றைய தமிழ்ச் சமூகத்தைப் பிடித்துள்ள நோயைக் கண்டறிதலும், அதற்கான தீர்வுமாகக் கட்டுரைகள் அமைந்துள்ளன.

தேர்தல் கமிஷன் எல்லாப் பிரச்சினைகளையும் தீர்த்துவிடும் என நம்பிய நடுத்தர வர்க்கத்தினரின் மனநிலையைக் கேள்விக்குள்ளக்கிடும் வகையில் எழுதப்பட்டுள்ள கட்டுரை, இன்றைய சூழலுக்கும் பொருந்துகிறது.

அரசியல் கட்டுரைகள் எழுத வேண்டுமென வற்புறுத்தி, அவற்றை உயிர்மை இதழில் பிரசுரிக்கிற நண்பர் மனுஷ்யபுத்திரன் முயற்சி இல்லாவிடில் இத்தகைய கட்டுரைகள் சாத்தியமில்லை. அவருக்கு நன்றி. ஜல்லிக்கட்டு உள்ளிட்ட காரசாரமான கட்டுரைகளை உயிர் எழுத்து பத்திரிகையில் வெளியிட்ட நண்பர் சுதீர்செந்திலுக்கு நன்றி.

கல்லூரிப் பணி நிறைவு பெற்று, மதுரை நகருக்குக் குடியேறிய பின்னர் நட்புக் கரம் நீட்டுகிற நண்பர்கள் அர்ஷியா, அருணாசலம், ஆத்மார்த்தி, எர்னஸ்டோ, மதுரை சரவணன், தீபா நாகராணி, செந்தில், செல்லா, பாண்டுரங்கன், பா.ரத்தினக்குமார், ஆ. பூமிச்செல்வம், மலரமுதன், புவனராஜன், மா.கருணாகரன், க.பசும்பொன், ஸ்டாலின் ராஜாங்கம், தேனி விசாகன் போன்றோரின் நேசம் உற்சாகம் அளிக்கிறது.

பல்வேறு காலகட்டங்களில் எழுதப்பட்ட கட்டுரைகளின் தொகுப்பினை டிஸ்கவரி புக் பேலஸ் மூலம் வெளியிடுகின்ற நண்பர் வேடியப்பனுக்கு நன்றி.

எனது எழுத்துப் பணிக்கு ஆதரவான சூழலை ஏற்படுத்தித் தரும் அன்புச் செல்வங்கள் கௌதம், மோனிஷா, அன்புத் துணைவி உஷாவின் ப்ரியமும் அன்பும் என்றும் தீராதது.

ந.முருகேசபாண்டியன்

mpandi2004@yahoo.com

உள்ளே...

1. இந்தியா இனிமேல் ஒளிர்ந்திடுமா?   11
2. தேர்தலோ தேர்தல்   18
3. தேர்தல் கமிஷன்: எதிர்பார்ப்புகள், மறுபேச்சுகள்   30
4. குஜராத் ஒளிர்கிறதா? பயண அனுபவங்கள்   40
5. போதையின் நிழலில் தடுமாறும் தமிழகம்   49
6. செம்புலப்பெயல் நீரில் மிதக்கும் இளவரசனின் உயிரற்ற உடல்   57
7. ஜல்லிக்கட்டு அரசியல்: வீரமா? விளையாட்டா?   65
8. மங்களூர் சம்பவம்; பெண்கள் மீதான ஒடுக்குமுறை   75
9. நேற்று இளவரசன், இன்று, சங்கர்: நாளை?   82
10. இயற்கையோடு இயைந்த வாழ்க்கை   88

இந்தியா இனிமேல் ஒளிர்ந்திடுமா?

முன்னொரு காலத்திலே ராமர் பிறந்த இடத்தை மீட்பது எங்கள் லட்சியம் என முழங்கிய சங் பரிவாரங்களும் கர சேவகர்களும் கையில் கடப்பாறையுடன் கிளம்பியபோது எனக்கு ஒரே வியப்பு. இதென்ன இல்லாத ஊருக்கு வழி சொன்ன கதையாக இருக்கறதே என்று தோன்றியது. ஆதியும் அந்தமும் இல்லாத கடவுளைப் பிரசவ வார்டு ரேஞ்சுக்குக் கொண்டு வந்தது ஏன் எனத் தோன்றியது. இந்திய நாட்டின் விடுதலைக்குப் பின்னர் பெரும்பான்மை மக்களின் அடிப்படைத் தேவைகளைக்கூட நிறைவேற்றாத காங்கிரஸ் ஆட்சிக்கு மாற்றாகப் பாரதிய ஜனதா கட்சி எதை முன் வைத்தது என்று பார்த்தால் ராமர் ஜென்ம பூமி விவகாரம். 'கிடக்கிறது கிடக்கட்டும் கிழவனைத் தூக்கி மனையில் வை' என்ற சொலவடைக்கும் ராமர் பிறந்த இடத்தைக் கைப்பற்றுகிறேன் என மசூதியை இடித்ததற்கும் பெரிய வேறுபாடு இல்லை. 1950-களில் தொடங்கிய பொதுத் தேர்தல்களில் உழுபவனுக்கு நிலம் என்ற முழக்கம் தொடங்கிப் பொருளாதாரப் பிரச்சினைகள் முன்னிலை வகித்தன. காகிதப் பூ மணக்காது, காங்கிரஸின் சோசலிசம் இனிக்காது என்ற தி.மு.க.வின் மேடைப்பேச்சுக் கவர்ச்சிகரமாக இருந்தது. எல்லோருக்கும் எல்லாம் என்ற சோசலிசக் கனவினை அரசியல் கட்சிகள் முன்வைத்தன. ஹரிபி ஹட்டோ என முழங்கிய பிரதமர் இந்திரா காந்தி மன்னர் மானியம் ஒழிப்பு, வங்கிகளைத் தேசிய உடைமையாக்குதல் என முற்போக்கு முகமூடியை அணிந்திருந்தார்... டாடா,பிர்லா வாழவா? நாங்கள் எல்லாம் சாகவா? எனக் குரலெழுப்பிய இடதுசாரிகள் வரவிருக்கும்

ந.முருகேசபாண்டியன் ● 11

புரட்சிக்கான ஆயத்தங்களில் ஈடுபட்டனர். அன்றைய காலகட்டத்திலும் ஆர்.எஸ்.எஸ். பின்புலத்தில் இயங்கிய ஜனசங்கம் இந்து ராஜ்யம் பற்றிய பிரேமையில் மூழ்கியிருந்தது.

எழுபதுகளில் சுதேசியம் பேசிக்கொண்டு இந்துக்களே இந்துக்கடைகளில் பொருட்களை வாங்குங்கள் என்பது ஆர்.எஸ். எஸ். போன்ற இந்துத்துவ அமைப்புகளின் முழக்கமாக இருந்தது என்று சொன்னால் இன்று நம்புவார் யாரும் இல்லை. எண்பதுகளில் இந்துகளின் மயானத்தைக் கிறிஸ்தவர்கள் குன்னூரில் கைப்பற்றி விட்டனர், அதை மீட்கப் போராட்டம் எனச் சுவர்களில் எழுதினர். குமரி மாவட்டத்தில் பெண் கொடுத்தும் எடுத்தும் நெருக்கமாக வாழ்ந்துவந்த நாடார் சாதியினரிடையில் கிறிஸ்தவர், இந்து எனப் பிளவினை ஏற்படுத்தியதால் உருவான மண்டைக்காடு கலவரத்தில் குளிர் காய்ந்தனர். வேலையில்லாத் திண்டாட்டம், வறுமை, குடிநீர்ப் பற்றாக்குறை, குழந்தைத் தொழிலாளர் உழைப்பு, தலித்துகள் மீதான சாதிய ஒடுக்குமுறை, பெண்கள் மீதான பாலியல் அடக்குமுறை போன்ற அடிப்படையான பிரச்சினைகள் குறித்து அக்கறை கொள்ளாத விஷ்வ ஹிந்து பரிசத், இந்து முன்னணி,சிவசேனா போன்ற அமைப்புகளின் அரசியல் செயல்பாடுகள் தனித்துவமானவை. ரத யாத்திரை, ராமர் கோவிலுக்கான செங்கல் சேகரிப்பு என இந்துத்துவ அமைப்புகளின் வேலைத்திட்டங்கள், நெப்போலியன் போனபார்டிசம் அடிப்படையில் தனிமனித துதியையே எப்பொழுதும் உயர்த்திப் பிடித்தன. ராம ஜென்ம பூமிக்குப் பதிலாகக் குஜராத் ஒளிர்ந்து கொண்டிருக்கிறது எனக் கோயபல்ஸ் பாணியில் மீண்டும்மீண்டும் சொல்லி மக்களை நம்ப வைப்பது, வெற்றியடைந்து விட்டது.

ராம ஜென்ம பூமி என்ற ராமாயணப் புனைகதையை உண்மை என்று நம்ப வைத்ததற்கும், குஜராத் ஒளிர்ந்தது என்ற புனைவினைப் பரப்பியதற்கும் வேறுபாடு எதுவுமில்லை. ராமர் என்ற அடையாளம் பார்ப்பனரின் அரசியல் மேலாதிக்கத்தின் குறியீடு என்ற நிலையில், ஆர்.எஸ்.எஸ். இந்துத்துவா அரசியலைக் கட்டமைக்க நூறாண்டுகளுக்கும் மேலானது. ஆனால் ஒளிரும் குஜராத் என்ற புனைவைக் கார்ப்பரேட்டுகள் ஐந்தாண்டுகளில் மக்களிடையே தேசிய மூடநம்பிக்கையாக நிலை நிறுத்திவிட்டனர். அன்று தேசிய நாயகன் ராமன் என்று ஆர்.எஸ்.எஸ். வடிவமைத்த நிலை மாறி, இன்று தேசிய நாயகன் மோடி என்பது ஊடகங்களின் வழியாகப் பரவி விட்டது. “குஜராத் மாநிலமே ஒரு தங்கக் குத்துவிளக்காக மின்னுவதாகவும், அதன் பெருமை அனைத்தும் மோடியையே சேரும்“ என்று 2011–இல் புகழ்ந்த முகேஷ் அம்பானி,

மோடியைப் பிரதமர் பதவிக்கு முன் மொழிந்தார். இனிமேல் இந்தியாவும் ஒளிர்கிறது எனச் சொல்லிவிட்டால் யார் மறுக்கப் போகின்றனர்?

தொண்ணூறுகளின் நடுவில், இனிமேல் தகவலை உற்பத்தி செய்கிறவரும் விநியோகிக்கின்றவரும்தான் எல்லாவற்றையும் தீர்மானிப்பதுடன் பில்லியனராக மாறி ஆட்சியதிகாரத்தினைக் கைப்பற்றுவார்கள் என்பதை அறிந்தபோது வியப்பாக இருந்தது. இதெல்லாம் நடைமுறை சாத்தியமற்றது எனத் தோன்றியது. அண்மையில் நடந்து முடிந்த தேர்தலுக்குப் பதினைந்து மாதங்களுக்கு முன்பிருந்தே மோடியை முன்வைத்து நடைபெற்ற பிரச்சாரங்களைத் தொகுத்து ஆராய்ந்தால், ஊடகங்களின் வலிமை புலப்படும். ஒவ்வொரு நாளும் மோடி குறித்து வெளியான தகவல்களின் பின்னால் நுண்ணரசியல் பொதிந்துள்ளது. பொருள்கள் மட்டுமின்றி நாட்டின் பிரதமரும் மார்க்கெட்டிங்கினால் உருவாக்கப்படும் விந்தை கோலாகலமாக நடந்தேறி விட்டது. எப்படி வாழ வேண்டும் என்பது முக்கியம் அல்ல, இறுதி வெற்றிதான் முக்கியம் என ஒவ்வொருவரையும் முன்வைத்துச் செய்யப்படும் சுய முன்னேற்றப் போதனைகள் நிலவும் சூழலில், மோடி புதிய வகைப்பட்ட பிம்பமாக ஊதிப் பெருக்கப்பட்டார். எப்படியாவது சமத்தாகப் பொருளைத் தேடு, எந்த வழியில் வந்தது குறித்து யோசிக்காதே என்ற பிழைப்புவாதத்தை நம்பும் நடுத்தர வர்க்கத்து மனநிலையினருக்குத் தேசிய நாயகனாக மோடி புதிய அவதாரம் எடுத்துள்ளார்

கோத்ரா ரயில் எரிப்புக் கொடுமையைத் தொடர்ந்து குஜராத்தில் முஸ்லிம்கள்மீது திட்டமிட்டு நடத்தப்பட்ட கொலைவெறித் தாக்குதல்,கூட்டக்கொலைகள் எல்லாம் மோடியின் ஆட்சியில்தான் நடைபெற்றன. மோடிக்கு எதிராக எத்தகைய ஆதாரங்களை முன்வைத்தாலும் அவை உண்மையல்ல என்ற நம்பிக்கை உருவாக்கப்படுகிறது. எல்லாவற்றையும் மறைத்துவிட்டுப் போலியான புள்ளிவிவரங்கள்மூலம் தொடர்ந்து நடைபெற்ற பிரச்சாரத்தினால் இந்தியாவிற்கு மோடியை விட்டால் யாருமில்லை என்ற புனைவு வலுவடைந்துள்ளது. கார்ப்பரேட் முதலாளிகளின் கைப்பாவையாகச் செயல்படும் மோடியின் சாதுர்யத்தினால் குஜராத்தில் அந்நிய முதலீடு கொட்டுகிறது என்ற தகவலும் ஊதிப் பெருக்கப்பட்டது. மோடியின் அனைத்துத் தேர்தல் பிரச்சார உத்திகளும் அமெரிக்கக் கம்பெனிகளின் செயல்தந்திரங்கள். சரி போகட்டும் .இனி என்ன நடக்கும் என்பதுதான் இன்றையக் கேள்வி?

இந்துத்துவா என்ற பிம்பம் எல்லாம் பழைய செயல்தந்திரம். அதை முன்வைத்துப் புதிய பிரச்சினைகளைக் கட்டமைத்து அரசியல் செய்ய மோடியும் அவரது கூட்டாளிகளும் முயலுவார்களா? ஏற்கனவே காங்கிரஸின் மதச் சார்பின்மை வேடம் அம்பலப்பட்டுப் போய் விட்டது. காஷ்மீரில் முஸ்லிம்கள், 1984–இல் சீக்கியர்கள் போன்றோருக்கு எதிராக இந்துத்துவா நிலைபாட்டினையெடுத்த காங்கிரஸிற்கும் பி.ஜே.பி.க்கும் அடிப்படையில் பெரிய வேறுபாடுகள் இல்லை. இந்திராவின் ஆட்சியின்போது பஞ்சாப்பில் ஆயிரக்கணக்கில் சீக்கியர்கள் இந்திய ராணுவத்தினரால் கொல்லப்பட்டனர். அதற்குப் பழி வாங்கும் நிகழ்வாக இந்திரா காந்தி கொல்லப்பட்டார். அப்பொழுது தில்லியிலும் நாடெங்கிலும் சீக்கியர்கள் கொலை, சீக்கியப் பெண்கள் மீது வன்புணர்ச்சி, சொத்துகள் அழிப்பு நடைபெற்றன. அன்றைய ராஜீவ்காந்தியின் மத வன்முறைகளும், மோடியின் குஜராத் வன்முறைகளும் ஒரே வகைப்பட்டன. என்றாலும் காங்கிரஸ் மதச் சார்பின்மை முகமூடியை அணிதிருந்தது. இன்றைய சூழலில் கரசேவகர்கள் என இந்து மத வெறியேற்றப்பட்டு உசுப்பேத்தி விடப்பட்ட ஆட்கள் இனிமேல் மோடிக்குத் தேவையில்லை. கார்ப்பரேடுகளால் உருவாக்கப்படும் புதிய வகைப்பட்ட சாமியார்களான நித்தியானந்தா, ரவிசங்கர் போன்று, புதிய பார்ப்பன மதம் உருவாக்கப்படும். ஏற்றத்தாழ்வான சமூக அமைப்பினை நியாயம் என நம்ப வைப்பதன்மூலம் கார்ப்பரேட்டுகளின் ஆளுகை தொடர்ந்து செல்வாக்குடன் விளங்கும்.

விளிம்பு நிலையினருக்குக் குடிநீர்கூட வழங்க இயலாத காங்கிரஸ் ஆட்சியில் அம்பானி போன்ற கார்ப்பரேட்டுகளின் சொத்துகள் பில்லியன் கணக்கில் பெருகி விட்டன. முன்னாள் பிரதமரான மன்மோகன்சிங்கைவிடக் கார்ப்பரேட்டுகளுக்குச் சாதகமாகவும் இணக்கமாகவும் ஒருவரால் செயல்பட முடியாது. பொருளாதாரக் கொள்கைகள், வெளிநாட்டுக் கொள்கைகள் போன்றவற்றைத் தீர்மானிப்பதில் மன்மோகன் சிங்கும் மோடியும் ஒரே குட்டையில் ஊறிய மட்டைகள். அப்புறம் ஏன் அந்த இடத்திற்கு மோடியின் பெயர் முன்மொழியப்பட்டது? ஊழல் என்பது இந்தியாவில் எல்லா மட்டங்களிலும் வலுவாகப் பரவியுள்ள சூழலில், விளிம்புநிலையினரின் வாழ்க்கை சீரழிந்து கொண்டிருக்கிறது. தண்ணீர், நிலக்கரி உள்பட்ட எல்லாக் கனிம வளங்களையும் கார்ப்பரேடுகள் ஒட்டச் சுரண்டிக் கொழுத்துக் கொண்டிருக்கின்றனர். இந்தியாவிலுள்ள இயற்கை வளங்களைக் கொள்ளையடிப்பதற்கான போட்டி,கார்ப்பரேட்டுகளிடையே

தீவிரமடைந்துள்ளது. நிதி மூலதனச் சூதாட்டமும் ஊக வணிகமும்தான் இந்தியக் கார்ப்பரேடுகள் பலரை உலகப் பில்லியனர் வரிசையில் இடம் பெறச் செய்து விட்டன. இந்நிலையில் இந்தியப் பொருளாதாரத்தினை மட்டுமின்றி அரசியலையும் ஆதிக்கம் செலுத்துகின்றவர்களாகக் கார்ப்பரேட்டுகள் மாறி விட்டனர். இந்திய அரசின்மீது மக்களுக்கு அவநம்பிக்கை ஏற்படும்போது, புதிய பிம்பத்தினை உருவாக்க வேண்டியதன் விளைவுதான் மோடியின் அவதாரம்.

மக்களுக்கு அடிப்படைத் தேவைகளான மருத்துவம், கல்வி, சாலைப்போக்குவரத்து போனவற்றை இந்திய அரசாங்கம் பல்லாண்டுகளுக்கு முன்னரே கை கழுவிவிட்டது. தனியார்மயம், தாராளமயம்எனப்பன்னாட்டு நிறுவனங்களின்வேட்டைக்காடாகிய இந்தியா புதிய காலனியாக மாறியுள்ளது. இத்தகைய சூழலில் ஐந்தாண்டுகளுக்கு ஒருமுறை மக்களுக்கு தேர்தலை முன்வைத்து வேடிக்கை காட்டுவது நடைபெறுகிறது. மீண்டும்மீண்டும் நம்பிக்கை பத்திரத்தைப் புதுப்பிப்பதுதான் தாங்கள் வாழ்வதற்கான அடிப்படை என்பது கார்ப்பரேடுகளுக்குத் தெரியும். எனவேதான் தேர்தல் நாடகம். எல்லாரும் ஜோராகக் கை தட்டுங்க... இதோ பார்த்தீர்களா மந்திரத்தில் மாங்காய் காய்த்துவிட்டது எனத் தேர்தல் கமிஷன் காட்சியைத் தொடங்குகிறது. தேர்தலில் வாக்கு அளிப்பது உனது தேசியக் கடமை, உயிர்மூச்சு என்றெல்லாம் தொடர்ச்சியான மூளைச்சலவை வேறு. உன் வாக்கு உன் லட்சியம் எனப் புனைவைக் கட்டமைக்கும் தேர்தல் கமிஷன், ஐந்தாண்டுகள் தலைமறைவாகி விடுகிறது. அரசியல் கட்சிகள் செய்யும் ஊழல்கள், பித்தலாட்டங்களை மக்கள் யாரிடம் போய் முறையிடுவது? இனி அடுத்த ஐந்தாண்டுகள் கார்ப்பரேட்டுகளுக்குக் கவலை இல்லை. பெரும்பான்மையுடன் ஆட்சிக்கு வந்துவிட்ட பி.ஜே.பி. கட்சியினர் எதிர்காலத்தில் கார்ப்பரேட்டுகளைப் புறக்கணித்துவிட்டு மக்கள் நலத்திட்டங்களில் அக்கறை செலுத்துவது சாத்தியமா ? யோசிக்க வேண்டியுள்ளது.

மதஅடிப்படைவாத அரசியலை முன்னெடுத்துச் செல்லும் அரசியல்வாதிகளுக்கு ஜனநாயகம் என்ற சொல் எப்போதும் பிடிக்காது. மதம் முன்னிறுத்தும் அடிப்படையான விஷயங்களை அமல்படுத்துகிறேன் எனக் கிளம்புகின்றவர்கள் நாளடைவில் மக்களை அதிகாரம் பண்ணுகின்றவர்களாக மாறி விடுவார்கள். மதம் சார்ந்தவற்றுக்கு ஸ்பான்ஸர் செய்யும் நிறுவனங்களை நடத்தும் கார்ப்பரேட் முதலாளிகள்தான் அன்றாட அரசியல் வாழ்க்கையைத் தீர்மானிக்கின்றவர்களாக மாறுகின்றனர். அப்புறம் எதிர்க்கருத்து என ஒன்று இருப்பதை அனுமதிக்க முடியாத நிலை

ஏற்படும். மதத்தின் பெயரால் கேள்விகள் எதுவுமற்ற உடல்கள் தயாரிக்கப்படும். மக்களின் வாழ்வாதாரமான பிரச்சினைகள் குறித்துக் கேள்விகள் கேட்கின்றவர்கள் தேசத் துரோகிகளாகச் சித்திரிக்கப்படுவது நடைபெறும்.

சிறுபான்மையினர் பிரச்சினை, காஷ்மீர் பிரச்சினை, மதுராவில் மசூதிப் பிரச்சினை போன்றவற்றை முன்னிறுத்திய பேச்சுகளுக்குத்தான் ஆர்.எஸ்.எஸ். எப்பொழுதும் முக்கியத்துவம் தரும். அந்நிலைமை மோடியின் ஆட்சியிலும் தொடரும். இடதுசாரி அறிவுஜீவிகள், எழுத்தாளர்கள் சுதந்திரமாகக் கருத்துக்களை முன் வைப்பது ஒருபோதும் ஏற்புடையதாக ஆகாது. இந்தியாவில் முஸ்லிம்கள் பாதிக்கப்படுகின்றனர் என அவர்களுக்கு ஆதரவாகக் குரலெழுப்பிய காந்தியைச் சுட்டுக்கொன்ற பாரம்பர்யத்தை நினைவில் கொள்ள வேண்டும்.

இந்து மதம் என்ற பொதியைச் சநாதன தருமத்தின் பெயரால் இரண்டாயிரமாண்டுகளாகக் கட்டிக் காக்கும் பணியில் எந்த மாற்றமும் நிகழாது. வேதம், யாகம் போன்ற ஆயுதங்களின்மூலம் நால்வருணப் பாகுபாடு தொடர்ந்து தக்க வைக்கப்படும். பிறப்பின் அடிப்படியில் தலித்துகளும், பால் அடிப்படையில் பெண்களும் தீட்டு என ஒதுக்கி வைக்கப்படுவது குறித்து எதிரான கருத்துகளைப் பி.ஜே.பி. அரசு முன் வைக்காது. பன்னாட்டு முதலாளிகளுக்கு ரத்தினக் கம்பளம் விரித்து வரவேற்கும்போது மேலைப் பண்பாடும் இந்தியாவிற்குள் நுழையும். அதேவேளையில் உள்நாட்டு முதலாளிகளின் நலனுக்குச் சார்பான முறையில் பண்டைய சநாதனப் பண்பாடும் உயர்த்திப் பிடிக்கப்படும். குறிப்பாகப் பெண்களின் உடை, உடல், மனம்தான் இந்துப் பண்பாட்டின் மையம் என ஒடுக்குமுறை தொடரும்.

தொலைக்காட்சி போன்ற காட்சி ஊடகங்கள் முக்கியமானவற்றுக்குப் பதிலாகத் துணுக்குகளை ஒளிபரப்புவது இன்னும் அதிகரிக்கும்; மேலும் அவை மக்கள், சமூகத்தில் நிலவும் அநியாயங்களுக்கு எதிராக விழிப்புணர்வு பெற்றிடாமல் கவனமாகச் செயல்படும். பேசுங்க... பேசுங்க பேசிக் கொண்டயிருங்க,பாருங்க... பாருங்க பார்த்துக் கொண்டேயிருங்க, கேளுங்க... கேளுங்க கேட்டுக் கொண்டேயிருங்க என ஊடகங்கள் யாரையும் யோசிக்கவிடாத சூழலை ஏற்படுத்திக் கொண்டிருப்பதில் வெற்றி அடையும்.

அரசு அலுவலர்கள் பல்லாண்டுகளாகப் போராடிப் பெற்ற பல்வேறு சலுகைகளும் உரிமைகளும் பறிக்கப்பட வாய்ப்புள்ளது. ஏழாவது ஊதியக் கமிஷன் நிறுவப்படுவது கேள்விக்குறியாகி விடும். தனியார் நிறுவனங்களில் கொத்தடிமைகள் போல

விசுவாசமாகப் பணியாற்றும் அலுவலர்களுடன் ஒப்பிடப்பட்டு, அரசின் முக்கியமான வேலைகள் தனியாருக்குத் தாரை வார்த்துத் தரப்படும். மக்களின் நலனுக்குத் தரப்படும் மானியங்கள் பெரிய அளவில் குறைக்கப்படும். இதுவரை அரசாண்ட அரசுகளின் பின்னால் கார்ப்பரேட்டுகள் நிழலாகச் செயல்பட்ட நிலைமை மாறி, இன்று வெளிப்படையாகக் கை குலுக்கிக் கொண்டிருக்கின்றனர். இத்தகு சூழலில் கார்ப்பரேட்டுகளின் நலனுக்காகப் பொதுத்துறை நிறுவனங்கள் பலிகடாக்களாக்கப்படும் ஊடகங்களின் தயவினால் ஒருவர் அதிகாரத்தினைக் கைப்பற்ற முடியும் என்ற நிலையில் எல்லா அரசியல் கட்சிகளும் ஊடங்களைத் தங்களுடைய கட்டுப்பாட்டிற்குள் கொண்டுவர முயலுவது இயல்பாக நடந்தேறும்.

நாட்டின் பிரதமர் பல்வேறுபட்ட பிரிவினர்களின் நலனில் அக்கறை கொண்டவர் என்ற நம்பிக்கையைப் பெறுவதற்கு மோடி முயல வேண்டியது அவசியம். இந்துத்துவம் என்பது தேர்தலில் போட்டியிடுவதற்கான துருப்புச்சீட்டு என்பது மோடிக்குத் தெரியும். உலக வங்கியின் மேலாதிக்கம், டங்கல் மற்றும் காட் ஒப்பந்தம் நிலவும் சூழலில் மோடி எதைச் செய்ய வேண்டும் எதைச் செய்யக்கூடாது என்பது ஏற்கனவே தீர்மானிக்கப்பட்டு விட்டன. மக்களின் அன்றாடப் பிரச்சினைகள் தீர்க்கப்படுவதற்கான பருண்மையான பொருளாதாரத் திட்டங்கள் மோடியிடம் இருக்கின்றனவா என்பது நாளடைவில் தெரியும். கார்ப்பரேட்டுகளின் அதிகாரம் மேலோங்கியிருக்கும்போது மக்களின் வாழ்க்கை வளமடைவதற்கான மாற்றங்கள் ஏற்பட வாய்ப்பில்லை. இன்னும் ஐந்தாண்டுகள் கடந்தபிறகு இருப்பதா? இறப்பதா? என்ற சிக்கலான சூழலில், விளிம்பு நிலையினர் மட்டுமின்றி நடுத்தர வர்க்கத்தினரும் எதிர்ப்பைத் தெரிவிப்பார்கள். அப்பொழுது மோடியின் தேசிய நாயகன் பிம்பம் மங்கலாகிவிடும். இத்தகு சூழலில் கார்ப்பரேட்டுகளின் நலன்களைக் காப்பாற்றுகின்ற ஒருவரைப் புதிதாக இந்தியாவின் ரட்சகர் என ஊடகங்கள் சித்திரிக்கின்ற நாடகம் தொடங்கும்... அதுவரை தலைமறைவாக இருந்த தேர்தல் கமிஷனும் களத்தில் குதித்து வாக்களிக்க வேண்டியது ஜனநாயகக் கடமை என முழங்கும். மீண்டும் ஒருமுறை மக்கள் விரலில் கறுப்பு மையுடன் வாக்குச் சாவடியிலிருந்து வெளியேறுவார்கள்.

(உயிர்மை, 2014)

தேர்தலோ தேர்தல்: அன்றும் இன்றும்

சிறுவனாக இருந்தபோது நான் அடிக்கடி கேட்ட நாட்டார் கதை: ஒரு ஊரிலே ஒரு ராஜாவுக்குப் பிள்ளை இல்லையாம். அவர் ஒரு நாள் திடீரென செத்துப் போயிட்டார். அப்புறம் நாட்டை யார் ஆள்வது என்று யோசித்த மந்திரிகள்,பட்டத்து யானையின் தும்பிக்கையில் பூமாலையைத் தந்து, அது யார் கழுத்தில் மாலையைப் போடுகிறதோ அவர்தான் அந்த நாட்டின் ராஜா என்று அறிவித்தனர். யானையும் தும்பிக்கையில் மாலையைப் பிடித்தவாறு நாடு முழுக்கச் சுற்றியலைந்து கடைசியில் யார் கழுத்திலோ மாலையைப்போட அப்புறம் அவன் ராஜாவாகி ஆட்சி செய்தான். இந்தக்கதை எனக்குப் பிடித்திருந்தது. நாட்டை ஆளும் ராஜாவைத் தேர்ந்தெடுப்பது யானையின் தும்பிக்கையில் இருப்பது வேடிக்கையானது. கதைக்குள் பொதிந்துள்ள புதிர் சுவராசியமானது. எதுவும் நிகழும் சாத்தியப்பாட்டினை முன்வைக்கும் கதைக்கும் இன்றையத் தேர்தலுக்கும் அடிப்படையில் பெரிய வேறுபாடு இல்லை. பிரதமரான இந்திராகாந்தி சுட்டுக் கொல்லப்பட்ட பின்னர் அவருடைய சிதைக்கு அவருடைய மகனும் புதிதாகத் தேர்ந்தெடுக்கப்பட்ட பிரதமரான ராஜீவ்காந்திதான் நெருப்பு மூட்டினார். கடந்த அறுபது ஆண்டுகளாகத் தேர்தல் என்ற பெயரில் நடைபெறும் கூத்துக்களைப் பார்க்கும்போது எல்லாமே தமாஷ் என்பது புலப்படும். ஜனநாயகத்தின் காவலராகப் புதிய அவதாரம் எடுத்திருக்கும் தேர்தல் கமிஷன்தேர்தல்மீது நம்பிக்கை ஏற்படுத்துவதற்காகப் படுகின்ற பாடுகள் இன்னும் வேடிக்கையாக இருக்கின்றன.

அறுபதுகளில் நடைபெற்ற தேர்தலுக்கும் இன்றைய தேர்தலுக்கும் பெரிய வேறுபாடுகள் உள்ளன. ஆங்கிலேய ஏகாதிபத்தியத்தை விரட்டியடித்து இந்தியாவிற்கு சுதந்திரம் வாங்கித்தந்த காங்கிரஸ் கட்சி என்பது அரசியல் மேடைகள்தோறும் முழங்கப்பட்டு வந்தது. காங்கிரஸ் கட்சிக்கூட்டம் ஆரம்பிக்கும்போது பேச்சாளர் வந்தேமாதரம் என் உரத்த குரலில் முழங்கிடக் கூட்டத்தினர் வந்தேமாதரம் எனத் திரும்பிச் சொல்வார்கள். பேச்சினை முடிக்கும்போது ஜெய்ஹிந்த் என முழங்குவது வழக்கம். கிராமத்தில் பெரியவர்கள் வெள்ளைக்காரன் காலத்தில் அரிசி மலிவாகக் கிடைத்தது எல்லாம் சரியாக நடந்துச்சு எனப் பாராட்டிச் சொல்வதைக் கேட்க முடியும். ரொம்ப நியாயமாகச் சரியான முறையில் பேசுகின்றவர்களை வெள்ளைக்காரன் வந்திட்டான் என்று பேசுகின்ற கேலிக்குள் உண்மை பொதிந்திருந்தது. காங்கிரஸ் கட்சியில் மிட்டா மிராஸ்தார்களும் பெரிய நிலவுடைமையாளர்களும் முக்கிய பொறுப்புகளில் இருந்தனர். ஏற்கனவே சில நூற்றாண்டுகளாகக் கிராமப்புறத்தில் ஆதிக்கம் செலுத்தியதுடன் ஆங்கிலேயருக்கு அடிவருடிகளாக இருந்த முதலாளிகளும் பண்ணையார்களும் நாட்டின் விடுதலைக்குப் பின்னர் காங்கிரஸ் கட்சியில் சேர்ந்து தலைவர்களாக வலம் வந்தனர். சாதி, பால்ரீதியில் ஒடுக்கப்பட்டிருந்த மக்களின் மீதான அடக்குமுறைகள் தொடர்ந்தன. இத்தகு சூழலில் கம்யூனிஸ்ட் கட்சியும் திராவிட முனேற்றக் கழகமும் மக்களிடம் வேகமாகப் பரவின.

ஐம்பதுகளில் நடைபெற்ற தேர்தல்களில் போட்டியிட்ட காங்கிரஸ் வேட்பாளர்கள் கிராமப்புறங்களில் பண்ணையார்களாகவும், நகர்ப்புறங்களில் பெரிய முதலாளிகளாகவும் இருந்தனர். கிராமப்புறத்தில் வாக்குக் கேட்டு வரும் வேட்பாளர்கள் தெருக்கள்தோறும் செல்வது இல்லை. கிராமத்தில் இருக்கும் பொதுக் கோவில் அல்லது சத்திரத்தில் தனது பரிவாரங்களுடன் வேட்பாளர் இருப்பார். ஊர் அம்பலக்காரர் அல்லது ஒரே சாதியினர் வசிக்கும் கிராமம் எனில் சாதியத் தலைவர் பின்னால் ஊர்க்காரர்கள் கூடி நிற்பார்கள். இன்னார் தேர்தலில் நிற்கிறார் அவருக்கு ஏர் உழவன் சின்னத்தில் ஓட்டுப் போடுங்கள் என அம்பலகாரர் சொல்வதை எல்லோரும் ஏற்றுக் கொள்வார்கள். சில ஊர்களில் வெற்றிலையை வைத்துச் சத்தியம் வாங்குவது நடைபெறும். சாதிய மேலாதிக்கம் தேர்தலில் பருண்மையாக ஆதிக்கம் செலுத்தியது. வல்லான் வகுத்ததே வாய்க்கால் எனபதற்கிணங்க நிலவுடைமையாளர் சட்டசபை, நாடாளுமன்ற உறுப்பினராகத் தேர்ந்தெடுக்கப்படுவது நடைபெற்றது. சாதியக்

கொடுமைகளுக்கு மூலகாரணமாக விளங்கும் சட்டசபை உறுப்பினரான பண்ணையார் காலில் விழுந்து வணங்கிடும் தலித்துகளின் அவலநிலை, தேர்தல்களினால் மாற்றமடையவில்லை. மார்க்ஸ் சொன்னது போல மோனத்தவத்தில் ஆழ்ந்திருந்த இந்தியாவை ஐம்பதுகளில் நடைபெற்ற தேர்தல்களால் அசைக்க முடியவில்லை.

அறுபதுகளில் கல்வியறிவு பெற்ற மக்களிடையே பத்திரிகை வாசிக்கும் பழக்கம் உருவானது. காலைவேளையில் கிராமத்துத் தேநீர்க்கடைகளின் முன்னால் யாராவது ஒருவர் தினத்தந்தி நாளிதழினை சப்தமாக வாசிக்கப் பலர் சுற்றியிருந்து உற்றுக்கேட்டனர். சுதந்திரம், காந்தி போன்ற சொற்களை வைத்துக்கொண்டு காங்கிரஸ் உருவாக்கியிருந்த பிம்பம் நொறுங்கிக் கொண்டிருந்தது. ரேசன் அப்பொழுது அமலில் இருந்தது. உணவுப் பற்றாக்குறை இருந்தது. எலிக்கறி சாப்பிடுவது உடலுக்கு நல்லது என வடஇந்தியாவைச் சேர்ந்த காங்கிரஸ் தலைவர் மக்களுக்கு ஆலோசனை சொன்னார். வாரந்தோறும் திங்கள்க்கிழமை இரவு மக்கள் பட்டினி கிடந்து, உண்ணுகின்ற சோற்றை மிச்சப்படுத்தி நாட்டைக் காக்க வேண்டும் எனக் காங்கிரஸ் அரசு மக்களுக்கு வேண்டுகோள் விடுத்தது. காங்கிரஸ் ஆட்சியில் பொருளாதாரரீதியில் நாடு நலிவடைந்திருந்தாலும் மக்கள் கண்மூடித்தனமாக அரசின் விசுவாசிகளாக இருந்தனர். கடந்த பல நூற்றாண்டுகளாகச் சாதி, மதம் பால் அடிப்படையில் ஒடுக்கப்பட்டிருந்த மக்கள், எல்லாம் தலைவிதி என மௌனமாக ஏற்றுக் கொண்டனர். .

1952 இல் நடைபெற்ற தேர்தலில் கம்யூனிஸ்ட் கட்சியிலிருந்து 52 பேர் தமிழக சட்டசபை உறுப்பினராகத் தேர்ந்தெடுக்கப்பட்டனர். தலைமறைவாக இருந்த கம்யூனிஸ்ட் தலைவர் பி.ராமமூர்த்தி மதுரை நாடாளுமன்றத் தொகுதியில் இருந்து உறுப்பினராகத் தேர்ந்தெடுக்கப்பட்டார். தேர்தலில் நான் போட்டியிடுகிறேன் எனக்கு வாக்களியுங்கள் எனத் தெருக்கள்தோறும் வேட்பாளர் அலையாதபோதும் அவரின் பொதுநலச் செயல்பாடுகளை நினைந்து வாக்களித்த மக்கள் அன்று இருந்தனர். காங்கிரஸ் கட்சியின் கோட்டையாக இருந்த தமிழகத்தில் கம்யூனிஸ்ட்கள் வலுவாகக் காலூன்றினர். ஊடகங்கள் பரவாத காலத்தில், பெரிதும் கல்வியறிவு அற்ற மக்களிடையே மார்க்சியக் கருத்துகளைப் பரப்பி, அதன் அடிப்படையில் தேர்தலில் நின்று வெற்றியடைவது என்பது உண்மையிலே சவாலானதுதான். அன்றைய கம்யூனிஸ்ட்கள் திறம்பட அதனைச் செய்தனர்.

இன்று பொதுவுடமைக் கட்சிகள் ஐந்தாறு தொகுதிகளுக்காகக் காத்திருப்பது காலம் செய்த கோலம்தான்.

பெரியாரின் திராவிடர் கழகத்திலிருந்து பிரிந்து உருவான திராவிட முன்னேற்றக் கழகம் 1962 இல் நடைபெற்ற தேர்தலில் முழுமூச்சுடன் களத்தில் இறங்கியது. புதிதாகக் கல்வியறிவு பெற்றவர்கள் தி.மு.க.வின் கருத்துப் பிரச்சாரத்தினால் ஈர்க்கப்பட்டனர். கடமை, கண்ணியம், கட்டுப்பாடு, ஒன்றே குலம் ஒருவனே தேவன் போன்றவற்றை முன்னிறுத்திய தி.மு.க.வினரின் பேச்சுகள் சுவாராசியம் தந்தன. நாங்கள் ஆட்சிக்கு வந்தால் ரூபாய்க்கு மூன்று படி இல்லையேல் நடுத்தெருவில் சவுக்கடி தாருங்கள் என்ற தி.மு.க.வின் பிரச்சாரத்தைப் பலரும் உண்மை என்று நம்பினர். அறிஞர், கலைஞர், நாவலர், சிந்தனைச் சிற்பி,அஞ்சாநெஞ்சன் போன்ற பட்டப்பெயர்கள் முக்கியமானவை போன்ற தோற்றத்தை ஏற்படுத்தின.

அறுபதுகளில் கிராமத்துத் தையல்கடைகள் தி.மு.க.வினர் கூடும் இட்ங்களாக இருந்தன. அங்குக் காரசாரமான விவாதங்கள் நடைபெற்றன. பெரும்பாலான தையல்காரர்கள் தி.மு.க.வின் அனுதாபிகளாக இருந்தனர். அன்றைய காலகட்டத்தில் தி.மு.க.வில் முன்னணித் தலைவர்கள் எல்லோரும் பத்திரிகை ஆசிரியராக இருந்தனர். ஏறக்குறைய ஐம்பதுக்கும் மேற்பட்ட பத்திரிகைகள் தி.மு.க.வின் ஊதுகுழலாக ஒலித்தன. பேனா முனையைவிட வாளின் முனை கூர்மையானது என்ற பிரெஞ்சு சிந்தனையாளரின் சிந்தனையை சி.என்.அண்ணாதுரை தொட்ங்கிப் பலரும் நடைமுறைப்படுத்தினர். அன்று நாட்டில் பலம் வாய்ந்த கட்சியாக இருந்த காங்கிரஸ் கட்சியினைத் தேர்தலில் தோற்கடிக்கப் பத்திரிகைகளில் எழுதப்படும் கட்டுரைகள், மேடைப்பேச்சுகள் மூலமாக முடியும் என்பதைத் தி.மு.க.வினர் நடைமுறையில் நிரூபித்தனர்.

செங்கொடிக்காரர்கள் என மக்களால் அழைக்கப்பட்ட கம்யூனிஸ்ட் கட்சி பற்றி மக்களிடையே தவறான பிரச்சாரம் செய்யப்பட்டது. ஒரு ஏக்கர் நிலத்தின் உடமையாளராக இருந்தவர்கள்கூட செங்கொடிகாரர்களுக்கு வாக்களித்து அவர்கள் ஆட்சிக்கு வந்தால் நிலத்தைப் பிடுங்கிக்கொள்வார்கள் எனப் பயந்தனர். மேலும் பள்ளுபறை எல்லா சாதிகளும் ஒன்று என்கிறார்களே நாளைக்கு நம்ம வீட்டுக்குள்ளே புகுந்து பெண் கேட்டால் என்ன செய்ய? என்று அருவருப்புடன் சொன்னார்கள். இந்தியாவில் உடமையும் சாதியமும் நெருக்கமாகி மக்களை நிலவும் சமூக அமைப்பை ஏற்றுக்கொள்ளச் செய்தன.

சிறிய கிராமங்களில்கூட தேர்தல் பிரச்சாரம் செய்ய கட்சியினர் போட்டி போட்டுக்கொண்டு மேடைப்பேச்சுகள் நடத்தினர். கருத்துப் பிரசாரத்திற்கு மேடைகள் வழியமைத்தன. வேட்பாளர் மக்களுக்கு அறிமுகமானார். மாலையில் தொடங்கும் பொதுக்கூட்டங்கள் நான்கைந்து மணி நேரம் நடைபெற்றன. கிராமத்தினர் உற்சாகத்துடன் பேச்சுகளை ரசித்தனர். ஆளும்கட்சியான காங்கிரஸின் கையாலாகாத நிலையைக் கடுமையாகத் தி.மு.க.வினர் விமர்சித்தனர். ஒவ்வொரு கட்சியிலும் காசை வாங்கிக்கொண்டு பேசுவதற்குப் பேச்சாளர்கள் இருந்தனர். அன்று நாட்டில் நிலவிய வறுமை, விலைவாசி உயர்வு முக்கிய பிரச்சினையாகத் தேர்தல் கூட்டங்களில் பேசப்பட்டன. கூலி உயர்வு கேட்டான் அத்தான் குண்டடி பட்டுச் செத்தான் என்பது போன்ற வசனம் உருக்கமாகச் சொல்லப்பட்டது. காகிதப்பூ மணக்காது காங்கிரஸின் சோசலிசம் இனிக்காது என மேடைப்பேச்சில் சொல்வதைக் கேட்டுப் பலரும் கை தட்டி மகிழ்ந்தனர். கணம் பொருந்திய அக்கிராசனர் அவர்களே எனத் தொடங்கிய காங்கிரஸின் பழமைப் போக்கினுக்கு மாற்றாகத் தி.மு.க. வினர் தலைவர் அவர்களே எனத் தொடங்கி அடுக்குமொழியில் மூச்சுவிடாமல் பேசினர். பேச்சாளர் என்ன சொல்கிறார் என்பது புரியவிட்டாலும் கூட்டத்தினர் கைகளைத் தட்டி மகிழ்ந்தனர். ஒருமாதிரி மூக்கொலியில் கரகரவெனப் பேசி வாக்களிக்குமாறு கேட்பது தி.மு.க.வின் பாணியானது. உதயசூரியன் தோன்றுவதை யாராலும் மறைக்க முடியாது என்ற நம்பிக்கையைக் கூட்டங்கள் ஏற்படுத்தின.

அன்றைய தேர்தல்களில் ஏழை எளிய மக்களைப் பாதிக்கும் விலைவாசி உயர்வு, தண்ணீர் பிரச்சினை, வேலையில்லாத் திண்டாட்டம் போன்றவற்றை முன்னிறுத்தி முழங்கிய பேச்சாளர்கள் தங்கள் கட்சிக்கு வாக்களிக்குமாறு வேண்டினர். இன்று மக்களைப் பாதிக்கும் அடிப்படைப் பிரச்சினைகளைப் பற்றிப் பேசி வாக்குக் கேட்பதைவிடப் பேச்சாளர்கள் தங்கள் தலைவர்களைப் புகழ்ந்து பேசுகின்றனர். மோடி மாதிரி ஒருவரால்தான் நாட்டைக் காப்பாற்ற முடியும் என ஊடகங்களின் துணையுடன் போலியான பிம்பங்களைக் கட்டமைக்கின்றனர். நாற்பது தொகுதியும் எங்களுக்குத்தான் எனப் புனைவைக் கட்டமைத்து, அம்மா என ஜெயலலிதாவை மட்டும் முன்னிறுத்தும் அரசியல் நுட்பமாக நடைபெறுகின்றது. தி.மு.க.வில் கருணாநிதி, தே.தி.மு.க.வில் விஜயகாந்த், காங்கிரஸில் சோனியா, ம.தி.மு.க.வில் வை.கோபாலசாமி, பா.ம.க.வில் ராமதாஸ் என அரசியல்

தலைவர்களை முன்வைத்து ஓட்டுக் கேட்பதாகக் கட்சியினரின் செயல்பாடுகள் இன்று மாறியுள்ளன.

எழுபதுகளில் சினிமா நடிகர்களை வைத்துக் காட்டும் கூத்தாடி அரசியல் எடுபடாது. வெள்ளையரிடம் அடி உதைபட்டு நாட்டுக்குச் சுதந்திரம் வாங்கித் தந்த காங்கிரஸ் கட்சிக்கு ஓட்டுப் போடுங்கள் என்று காங்கிரசார் பிரச்சாரம் செய்தனர். ரசியாவை உதாரணம் காட்டி புரட்சியைப் பற்றியும் மக்களின் பிரச்சினைகளைப் பற்றியும் விரிவாகப் பேசிய கம்யூனிஸ்டுகள் வாக்குக் கேட்டனர்.

எண்பதுகள் வரையிலும் மேடைகளுக்கு முன்னர் நாற்காலிகள் போடும் வழக்கமில்லை. தெருப்புழுதியில் அமர்ந்து மக்கள் தேர்தல் பிரச்சாரத்தினைக் கேட்டனர்.

அன்றைய காலகட்டத்தில் தேர்தலில் போட்டியிடுகிறவர் நல்லவராகவும் கண்ணியம் மிக்கவராகவும் இருக்கவேண்டும் என மக்கள் விரும்பினர். ஊராட்சிமன்றத் தேர்தலைப் பொறுத்தவரையில் வசதியானவர் என்பதைவிட பாரம்பரியமான குடும்பப் பின்புலமுடையவரா என்பதற்குக் கிராமத்தினர் முன்னுரிமை தந்தனர். இதனால் ஒரே குடும்பத்தைச் சேர்ந்தவர்கள் ஊராட்சிமன்றத் தலைவர்களாகத் தொடர்ந்து தேர்ந்தெடுக்கப்பட்டனர். சட்டசபைத் தேர்தலைப் பொறுத்தவரையில் கட்சிகள் நிறுத்துகின்ற வேட்பாளர்கள்தான் முக்கியம். பொதுவாக எல்லாக் கட்சிகளும் குறிப்பிட்ட தொகுதியில் எந்தச் சாதியைச் சேர்ந்தவர்கள் அதிக எண்ணிக்கையினரோ அந்தச் சாதியைச் சேர்ந்தவர் வேட்பாளராக நிறுத்தப்படுகின்றனர். ஜனநாயகம் என்பது மேலோட்டமாகத் தெரிந்தாலும் சாதியின் பிடிமானம் தேர்தல்களில் இன்றுவரை ஆதிக்கம் செலுத்துகிறது. விதிவிலக்காகச் சிலர் தேர்ந்தெடுக்கப்படுவதும் அவ்வப்போது நடைபெறுகின்றது.

அறுபதுகளில் கிராமங்கள்தோறும் ஒவ்வொரு கட்சியினரும் தேர்தல் பணிமனைகளைத் தெருவோரம் போட்டிருந்த கீற்றுக்கொட்டகைகளில் தொடங்கினர். அந்தக் கட்சி சார்பில் வெளியான நாளிதழ்கள் அங்கே கிடந்தன. கட்சியின் உறுப்பினர்கள் மட்டுமின்றி அனுதாபிகளும் கூடித் தேர்தல் நிலவரங்களைப் பேசினர். அங்கிருந்து வேட்பாளர் கை கூப்பியிருக்கும் படமும் தேர்தல் சின்னமும் அச்சடிக்கப்பட்ட போஸ்டர்களும் பசை வாளியும் எனத் தொண்டர்கள் கிளம்பினர். ஊர் முழுக்கப்

போஸ்டர் ஒட்டுதல், சுவர்களில் வாக்களிக்க வேண்டிய சின்னம் வரைதல் மும்மரமாக நடைபெற்றன. தொண்டர்கள் மாலைவேளையில் தேர்தல் நிலவரம் குறித்த அபிப்ராயங்களைப் பரிமாறிக்கொண்டனர். சில தொண்டர்கள் இரவு நேரத்தில் தேர்தல் பணிமனைகளில் தூங்கினர். பொதுவாக உள்ளூர்த் தொண்டர்கள் கட்சியிலிருந்து பணம் வாங்காமல் கட்சிக்காக உடலுழைப்பைத் தந்தனர். அதிலும் கம்யூனிஸ்ட் கட்சியினர் இரவுபகலாகத் தேர்தல் பணிகளில் ஈடுபட்டனர். தான் சார்ந்திருக்கும் கட்சி ஆட்சிக்கு வந்தால் நிச்சயம் நல்லது நடக்கும், பிரச்சினைகள் தீரும் என்ற நம்பிக்கையில் உழைத்த தொண்டர்கள் 1970 வரை எல்லாக் கட்சிகளிலும் இருந்தனர். தெருத்தெருவாக வேட்பாளர்கள் வாக்குக் கேட்டுச் செல்லும்போது உணர்ச்சிவயப்பட்ட தொண்டர்களில் சிலர் பொதுமக்களின் கால்களில் விழுந்து கும்பிட்டு வாக்குச் சேகரித்தனர். இத்தகைய தொண்டர்களின் உழைப்பைச் சுரண்டி எம்.எல்.ஏ., எம்.பி., ஆனவர்கள் பின்னர் கோடிகளில் மிதந்தது தனிக்கதை. இன்று ஒவ்வொரு கட்சித் தலைவர்களிடமும் குறைந்தது ஆயிரம் கோடிகள் இருக்கின்றன. கட்சியின் தொடக்கக்காலத்தில் லட்சிய வெறியுடன் உழைத்த அடிமட்டத் தொண்டர்களைப் புறக்கணித்துவிட்டு ஆட்சியதிகாரத்தில் பங்கேற்றவர்கள் ஊழலைத் தர்மமாக மாற்றி விட்டனர். தி.மு.கவைப் பொறுத்தவரையில் தொடக்கக்காலத்தில் விளிம்புநிலையினரும் சிறுபான்மையினரும் கட்சியின் வளர்ச்சிக்கு ஆதாரமாக இருந்தனர். கட்சி வளர்ச்சியடைந்து ஆட்சிக்கு வந்தவுடன் ஆதிக்க சாதியினரும் உயர்சாதியினரும் கட்சியின் பொறுப்புகளைக் கைப்பற்றியதுடன் அடுத்தடுத்த தேர்தல்களில்பங்கேற்று ஆதாயமடைந்தனர்; தலித்துகள் முற்றிலும் ஒதுக்கப்பட்டனர்.

தேர்தல் நிதி வசூலுக்காக முன்னர் கூட்டங்கள் நடைபெற்றன என்று சொன்னால் இளைய தலைமுறையினரால் நம்பமுடியாது. இன்று தலைவர்களின் பேச்சைக் கேட்கப் பணம், பிரியாணி கொடுத்து வாகனங்களில்ஆட்களைக் கூட்டி வர வேண்டியுள்ளது. ஆண்கள் எனில் கூடுதலாகக் குவார்டர் மது பாட்டில் வழங்க வேண்டும். .கட்சியில் உறுப்பினர் என்பது அடுத்த ஊராட்சித் தேர்தலின்போது வார்டு உறுப்பினராகப் போட்டியிட்டு ஏதாவது ஆதாயம் கிடைக்கும் என்ற நம்பிக்கை சார்ந்ததாக மாறிவிட்டது.

எங்கள் ஊரான சமயநல்லூரில் 1967–இல் தேர்தல் நிதி வசூல் கூட்டம் தி.மு.க.கட்சியினரால் திரையரங்கில் நடத்தப்பெற்றது. கூட்டத்தில் பேச்சாளர் பேசுவதைக் கேட்க முன்கூட்டியே அனுமதிச்சீட்டுகள் விற்கப்பட்டன. காசு கொடுத்துப் பேச்சினை கேட்ட மக்களிடம் லட்சிய வேட்கை இருந்தது. சிறப்புப்

பேச்சாளராக மு.கருணாநிதி அழைக்கப்பட்டிருந்தார். அரங்கு நிரம்பி வழிந்தது. ஊர்க்காரர்கள் மு.க.வின் பேச்சை ரசித்துக் கேட்டனர். தொண்டர் ஒருவர் தேர்தல் நிதியாகச் சேவலினைக் கட்சிக்குத் தந்தார். அந்தச் சேவலை வாங்கிய மு.க. தேர்தல் வாக்குகள் எண்ணப்பட்டவுடன் தி.மு.க.வின் வெற்றியை அறிவிக்கும்வகையில் கூவப்போகின்ற சேவல் எனச் சொல்லி ஏலம் விட்டார். அவரின் பேச்சுச் சாதூரியத்தினால் கூட்டத்தினர் ஆரவாரித்தனர். அசல் மதிப்பைவிடப் பன்மடங்குக் கூடுதலாக ஏலத்தில் சேவல் விலையானது. சேவல்மூலம் கிடைத்த தொகை தேர்தல் நிதியாகக் கட்சிக்குத் தரப்பட்டது. இப்படியெல்லாம் கட்சிகள் மக்களிடமிருந்து தேர்தல் நிதி திரட்டின என்பது இன்று நம்பும்படியாக இல்லை.

காங்கிரஸ் போன்ற பெரிய கட்சிகள் பெரும் தொழிலதிபர்களிடமிருந்து நிதி உதவி பெற்றன. பிற கட்சிகள் மக்களிடமிருந்து தேர்தல் நிதி திரட்டின. கம்யூனிஸ்ட் கட்சியினர் தோளில் செங்கொடியும் கையில் தகர உண்டியலும் ஏந்தி நிதி திரட்டினர். எளிய மக்களிட்மிருந்து திரட்டப்பெற்ற பணம் குறைந்த அளவில் இருப்பினும் அதைக் கொண்டு சிக்கனமான முறையில் கம்யூனிஸ்டுகள் தேர்தல் பிரச்சாரம் செய்தனர். தேநீரைக் குடித்துவிட்டு ஒரு கையில் பீடியும் இன்னொருகையில் தூரிகையுடன் இரவு முழுக்கக் கண் விழித்துச் சுவர்களில் தேர்தல் பிரச்சாரம் எழுதிய தோழர்களின் செயலில் கொள்கை வெறி இருந்தது. போராட்டக் குணாம்சத்துடன் விளங்கிய கம்யூனிஸ்ட் கட்சியின் செயல்பாடுகள்மீது மக்களுக்கு மரியாதை இருந்தது. இன்று அரசியல் கட்சிகள் செய்யும் ஆடம்பரமான செலவுகளுடன் ஒப்பிடும்போது அறுபதுகளில் கட்சிகள் எளிமையாக இருந்தன.

தேர்தலை முன்னிட்டுச் சிறிய ஊர்களில் நடத்தப்பட்ட ஊர்வலங்கள் முக்கியமானவையாக விளங்கின. தாங்கள் சார்ந்த கட்சி வெற்றி பெற வேண்டும் என்பதற்காக கட்சியினரும் அனுதாபிகளும் பெருந்திரளாக ஊர்வலத்தில் கலந்து கொண்டனர். ஒவ்வொரு பகுதியிலும் தங்களுடைய செல்வாக்கினைக் காட்டுவதற்கு ஊர்வலங்கள் பெரிதும் பயன்பட்டன. மாவட்ட அளவில் நடைபெற்ற ஊர்வலத்தினை வைத்துத் தேர்தலில் யார் வெற்றி பெறுவார்கள் எனபதை மக்கள் ஊகித்தனர். இந்தப் படை போதுமா இன்னுங் கொஞ்சம் வேண்டுமா? டாடா பிர்லா வாழாவா நாங்கள் எல்லாம் சாகாவா? போன்ற முழக்கங்கள் ஊர்வலத்தில் எழுப்பப்பெற்றன. அறுபதுகளில் குண்டான ஆண் ஒருவர் வாயில் கோரப் பற்களுடன் மார்பில் பெரிய

கச்சைகளுடன் இந்தி அரக்கி என எழுதப்பட்டிருந்த அட்டையுடன் தி.மு.க. நடத்தும் ஊர்வலத்தில் வருவார். காந்தி,நேரு போல வேடமிட்டவர்கள் காங்கிரஸ் நடத்தும் ஊர்வலத்தில் நடந்து வந்தனர். இளைஞர்களும் சிறுவர்களும்கூட பெரிய அளவில் ஊர்வலத்தில் கோஷமிட்டுக்கொண்டு வந்தனர். தேர்தலின்மூலம் விடிவு கிடைக்கும் எனக் கட்சிகள் சொன்னதை உண்மை என்று நம்பிய மக்கள் ஊர்வலத்தில் சில மைல் தொலைவு நடந்தனர். தொலைவில் தெரிந்த கானல் நீரை உண்மை என நம்பியவர்கள் காலப்போக்கில் தேர்தல்மீது நம்பிக்கை இழந்தனர்.

அறுபதுகளில் திரைப்படத்தினை முன்வைத்துச் சிறுவர்கள் தங்களைத் தி.மு.க. அல்லது காங்கிரஸ் கட்சியினர் என்று அடையாளப்படுத்திக் கொண்டனர். குறிப்பாக எம்.ஜி.ஆர். தான் நடித்த திரைப்படங்களில் எப்பொழுதும் நல்லவராக நடித்துத் தீயவர்களை அழிப்பது சிறுவர்களையும் இளைஞர்களையும் கவர்ந்தது. காங்கிரஸ் கட்சிக்கு ஆதரவளிக்கும் சிவாஜிகணேசன், தி.மு.க.விற்கு ஆதரவளிக்கும் எம்.ஜி. ராமச்சந்திரன் ஆகிய இருவரின் ரசிகர்களும் எதிர்எதிராக நின்று தேர்தல் பிரச்சாரத்தில் ஈடுபட்டனர். விசிலடிச்சான் குஞ்சுகள் எனக் கேவலமாகச் சொல்லப்பட்டாலும் ரசிகர்களின் ஆதரவு, ஓட்டு வேட்டைக்குத் தேவைப்பட்டது. அறுபதுகளில் கிராமப்புறங்களில் மாலைவேளையில் சிறுவர்கள் கட்சிக்கொடிகளை ஏந்தி போடுங்கம்மா வோட்டு... சின்னத்தைப் பார்த்து என்று உற்சாகமாகக் குரலெழுப்பித் தெருத்தெருவாக நடந்தனர். கட்சிகளின் பேட்ஜ்களைச் சட்டையில் குத்திக்கொண்ட சிறுவர்கள் தங்களைக் குறிப்பிட்ட கட்சியினராகக் கருதிக்கொண்டதுடன் அந்தக் கட்சிக்கு வாக்களிக்குமாறு பெற்றோரிடம் மன்றாடினர்.

எழுபதுகளில் கல்லூரி மாணவர்கள் அரசியலில் அதிகம் ஈடுபாடு காட்டினர். விடுதிகளில் தங்கியிருந்த மாணவர்கள் ஓய்வு நேரத்தில் தி.மு.க., காங்கிரஸ் என இரு அணிகளாகப் பிரிந்து தேர்தலில் யார் வெற்றியடைவார்கள் எனக் காரசாரமாக விவாதித்தனர். தேர்தல் நேரத்தில் சில மாணவர்கள் வேட்பாளர்களுக்கு ஆதரவாகப் பிரச்சாரம் செய்தனர். எதிர்காலத்தில் அரசியலில் குதிக்கப் போவதாக எனது நண்பர்களில் சிலர் சொன்னார்கள். 1967 ஆம் ஆண்டு நடைபெற்ற சட்டப்பேரவைத் தேர்தலில் காங்கிரஸ் தலைவர் காமராஜை எதிர்த்துப் போட்டியிட்ட சீனிவாசன் மாணவர் தலைவர் என விளம்பரப் படுத்தப்பட்டார்.

1975-இல் நாட்டில் அவசரநிலை அமலில் இருந்தபோது ஆத்திரமடைந்த மாணவர்கள் எப்பொழுது தேர்தல் வரும்

என ஆவலுடன் காத்திருந்தனர். எமர்ஜென்ஸி விலக்கப்பட்ட பின்னர் நடைபெற்ற பொதுத் தேர்தலின்போது மதுரையில் நடைபெற்ற ஊர்வலத்தில் மாணவர்கள் கணிசமான அளவில் கலந்துகொண்டனர். அன்றைய காலகட்டத்தில் தேர்தல் மட்டுமின்றி எந்தவொரு பிரச்சினையானாலும் மாணவர்கள் ஊர்வலமாகச் சென்று தங்கள் எதிர்ப்பைக் காட்டினர். இந்நிலையை அரசு வேறு வழியில் எதிர்கொண்டது கல்லூரி மாணவர்களின் அரசியல் ஈடுபாட்டினைக் காயடிப்பதற்காகப் பருவமுறைத் தேர்வுமுறை கொண்டு வரப்பட்டது. நான்கு மாதங்களுக்கு ஒருமுறை எழுத வேண்டிய தேர்வுகளின் காரணமாகப் பொது விஷயங்களில் இருந்து மாணவர்கள் ஒதுங்கும்நிலை ஏற்பட்டது. வேலை தருவது அரசின் கடமை எனத் தெருவில் முழங்கியவாறு அரசியல் ஊர்வலம் போன மாணவர்களின் போராட்டக்குணம் மழுங்கடிக்கப்பட்டது. வேலை கிடைக்காமல் இருப்பதற்குக் காரணம் உன்னிடம் அதற்கான தகுதிகள் இல்லை என மாணவர்களை நம்ப வைக்கும் நுண்ணரசியல் வலுவடைந்து விட்டது. அப்புறம் தொலைக்காட்சி, இணையம்,அலைபேசி என அடுத்தடுத்து வந்த அறிவியல் கருவிகள் மாணவர்களின் உலகினைச் சுருக்கி விட்டன. இன்று கல்லூரியில் பயிலும் இளைய தலைமுறையினரின் அரசியலற்ற போக்குக் காரணமாக ஊழல் அரசியல்வாதிகளின் எண்ணிக்கை பெருகி விட்டது. .இந்தியாவெங்கும் ஊழல் நீக்கமற ஆழமாகப் பரவி விட்டது . யார் ஆண்டால் என்க்கென்ன என ஒதுங்குகின்ற மாணவர்கள் அரசியல், தேர்தல் பற்றிய அக்கறையற்று இருப்பது அபாயகரமானது. .எதிர்காலத்தில் ராணுவ சர்வாதிகாரம் அல்லது ஃபாசிசத்திற்கு மாணவர்கள் எளிதாக இணங்கிவிட நேரிடலாம்.

எண்பதுகளில்கூட சட்டப்பேரவை உறுப்பினர்கள் சிலரின் வாழ்க்கை வளமாக இல்லை. எம்.எல்.ஏ.கள் அரசுப் போக்குவரத்துப் பேருந்துகளிலும், ரயிலில் இரண்டாம் வகுப்பிலும் சென்னைக்குப் பயணமாயினர். இன்றைக்குக் கட்சியில் வட்டச் செயலாளர்கூட டாடா சுமோ காரில் பறக்கின்றனர். ஐந்தாண்டுகளில் ஒரு சட்டப்பேரவை உறுப்பினர் சாதாரணமாகப் பத்துக் கோடிகள் சம்பாதிக்கிறார் என அரசியல் வட்டாரத்தில் பேச்சு நிலவுகின்றது.

தேர்தல் பிரச்சார முறைகளில் தேர்தல் கமிஷன் விதித்துள்ள கட்டுப்பாடுகள் காரணமாகப் பொதுக்கூட்டங்கள் பத்து மணிக்குள் முடிவதால், மக்கள் நிம்மதியாகத் தூங்குகின்றனர். வேட்பாளரின் செலவுகளைக் கண்காணித்தல் அருமையான விஷயம். டி.என்.சேஷன் தேர்தல் கமிசனராகப் பணியேற்பதற்கு

முன்னர் இந்தியாவில் தேர்தலை நடத்துவது யார் என்பது யாருக்கும் தெரியாது.

இன்றையத் தேர்தலில் குறிப்பிடத்தக்க அம்சம் ஊடகங்களின் செயல்பாடுகள்தான். சதுரங்கக் கட்டத்தில் காய்களை நகர்த்துவதுபோல கட்சிகள், கட்சித் தலைவர்கள் பற்றிய போலியான பிம்பங்கள் ஊதிப்பெருக்கப்படுகின்றன. அச்சு ஊடகம்,காட்சி ஊடகம் ஆகிய இரண்டிலும் திட்டமிடப்பட்ட வகையில் செய்யப்படும் பிரச்சாரங்கள் குறிப்பிடத்தக்கனவாக உள்ளன. தேர்தலுக்குச் சில மாதங்களுக்கு முன்னால் தொடங்கப்பட்ட மோடி பற்றிய பிரச்சாரம், மக்களைக் ஹோயாபல்ஸ் பாணியில் மூளைச்சலவை செய்வதற்கான முயற்சியாகும். குஜராத்தில் ஆயிரக்கணக்கான முஸ்லிம்கள் படுகொலை செய்யப்பட்ட சம்பவத்தை மறைத்து, இந்தியாவிற்கு மோடியை விட்டால் வேறு ஆள் இல்லை என்பதாகச் சித்திரித்து, நடுத்தர வர்க்கத்தினரை நம்ப வைக்க முயலுவது ஊடகங்களின் வழியே நாளும் நடைபெறுகிறது. மன்மோகன்சிங்கின் பொருளாதாரக் கொள்கைக்கும், மோடியின் பொருளாதாரக் கொள்கைக்கும் பெரிய வேறுபாடு எதுவுமில்லை. பின்னர் எப்படி மோடியால் இந்தியாவிற்கு வளமான வழிகாட்ட முடியும்? அமெரிக்க பாணியில் பெரிய விளம்பரக் கம்பெனிகளின் ஆலோசனையின்பேரில் இன்றையத் தேர்தல் வியூகம் வகுக்கப்பட்டுள்ளது. வெறுமனே விளம்பரம் என்பதற்கு அப்பால் தேர்தல் பிரச்சாரம் வேறு ஒன்றாக உருமாறியுள்ளது.

தேர்தலில் வாக்களிக்க வேண்டியது தங்களுடைய கடமை என்ற பொதுப்புத்தி எண்பதுகளில்கூட மக்களிடம் நிலவியது. தேர்தல்மூலம் தேர்ந்தெடுக்கப்படும் வேட்பாளர்கள் சட்டசபை, நாடாளுமன்றத்தில் பங்கேற்று நடத்தும் நல்லாட்சியினால் தங்களுடைய பிரச்சினைகள் தீரும் என்ற நம்பிக்கையுடன்தான் பெரும்பாலான மக்கள் வாக்களித்தனர். இத்தகைய நம்பிக்கையைச் சிதலமாக்கி நாட்டினைப் புதிய காலனியாக்கிக் கொள்ளையை நியாயப்படுத்திய கட்சிகள்தான் இன்றைய தேர்தல் சீரழிவுகளுக்கு மூலகாரணம். மக்களே வாக்களியுங்கள் அது உங்கள் ஜனநாயகக் கடமை எனத் தேர்தல் கமிஷன் கெஞ்சுவது சரிதானா? யோசிக்க வேண்டியுள்ளது. தேர்தலில் எந்தக் கட்சி வெற்றி பெற்று ஆட்சியமைத்தாலும் கார்பரேட் முதலாளிகளின் நலன்கள் பாதுகாக்கப்படும் என்பது ஊரறிந்த ரகசியம். நாட்டின் கனிம வளங்கள், தண்ணீர் முதலாக எல்லாவற்றையும் கார்பரேடுகள் பன்னாட்டுக் கம்பெனிகளுடன் கூட்டுச் சேர்ந்து கொள்ளையடிப்பதற்குத் தரும் ஒப்புதல்தான் தேர்தலில்

மக்கள் அளிக்கும் வாக்குச்சீட்டுகள். இதில் நியாயமாகவும் நாணயமாகவும் தேர்தலை நடத்துகிறோம் எனத் தேர்தல் கமிஷன் காட்டும் கெடுபிடிகள் ஒருவகையில் கட்சிகளுக்கும் கார்பரேட்டுகளுக்கும் சாதகமானவை. மீண்டும்மீண்டும் நம்பிக்கை பத்திரம் புதுப்பிக்கப்படுகிறது.

தேர்தல் என்பது சிலர் கொள்ளையடிப்பதற்கான வழிமுறை என்பது பாமர மக்களுக்கும் விளங்கி விட்டது. தேர்தல்மூலம் சமூகத்தில் மாற்றங்கள் வராது என்பது வெளிப்படையான பின்னர் ஓட்டுச்சீட்டிற்குப் பணம் தந்து வெற்றியடைய முயலுகின்றன அரசியல் கட்சிகள். மக்களும் தேன் எடுத்தவன் புறங்கையை நக்குகிறான் நமக்கு இரண்டு சொட்டுத் தேன் கிடைத்தால் லாபம் என்ற மனநிலையில் உள்ளனர். வோட்டுச்சீட்டிற்குப் பணம் அளிப்பது ஏதோ அழகிரி கண்டுபிடித்ததுபோல திருமங்கலம் மாடல் எனப் பத்திரிகைகள் எழுதுவது அபத்தம். ஏற்கனவே பல்லாண்டுகளாக வழக்கினில் இருந்த பண விவகாரம் இடைத்தேர்தலில் வெளிப்படையாகி, ஓட்டுக்கட்சிகளின் ஜனநாயக நடைமுறை அம்பலப்பட்டுப் போனது. பூனை மடியிலிருந்து குதித்து வெளியே வந்துவிட்டது. அவ்வளவுதான்.

தேர்தல் என்பது கொண்டாட்டம் போலிருந்த நிலைமை மாறிப் பல தேர்தல்களில் வாக்களித்த மக்கள் சலித்து ஓய்ந்து விட்டனர். கல்வி, மருத்துவம் போன்றவையும் தனியார்மயமான பின்னர் விளிம்புநிலையினரின் வாழ்க்கை இன்று இன்னும் சிக்கலுக்குள்ளாகி விட்டது. அரசு என்பது வெறுமனே ஏஜன்ஸியாகி உலகவங்கி போன்ற சர்வதேசப் பொருளாதார அமைப்புகளின் கைப்பாவையாகி விட்டது. கடந்த இரு வருடங்களாகப் பருவமழை பொய்த்து எங்கும் வறட்சியாகிக் குடிதண்ணீர்ப் பிரச்சினை, மின்வெட்டு, வேலையில்லாத் திண்டாட்டம் நிலவும் தமிழகத்திற்குத் தேர்தலினால் என்ன பலன் என்று பொதுமக்கள் கேட்கின்றனர். இந்தத் தேர்தலில் வாக்களித்த மக்களுக்குக் கை மேல் கண்ட உடனடிப் பலன், இடதுகை ஆள்காட்டி விரலில் வைக்கப்பட்ட கறுப்பு மைதான்.

(உயிர்மை, மார்ச்–2014)

தேர்தல் கமிஷன்: சில எதிர்பார்ப்புகள் சில மறுபேச்சுகள்

கடந்த ஒரு மாத காலமாகத் தமிழகத்தில் மையம் கொண்டிருந்த 'தேர்தல் கமிஷன்' என்ற சூறாவளி, தேர்தல் முடிந்தவுடன் வலுவிழந்து மறைந்துவிட்டது. தேர்தல் கமிஷன் அலுவலர்களை எதற்கு அஞ்சாத சிங்கங்கள் எனச் சித்திரித்த ஊடகங்கள், வேறு ஏதாவது பரபரப்பான செய்தி கிடைக்காதா என அலைந்து கொண்டிருக்கின்றன. தமிழக மக்களுக்கு விடிவு காலம் தேர்தல் கமிஷன்மூலம் சாத்தியம் என்ற புனைவை நம்பிய பாமரர்கள், வழக்கம் போல மறதிக்குள் ஆழ்ந்து விட்டனர். 1952 முதல் தமிழகத் தேர்தல்களை நடத்தி வந்த தேர்தல் கமிஷன் எப்பொழுதும் 'மரத்தில் மறைந்த மதயானை' போல இருந்தது. இந்தத் தேர்தலில் புதிய அவதாரமெடுத்து, நெற்றிக்கண்ணைத் திறந்து அநியாயங்களைச் சுட்டெரித்த தேர்தல் கமிஷனின் நடவடிக்கை, கனவா நனவா என்ற பிரேமையைப் பலருக்கும் தோற்றுவித்துள்ளது. "இப்படித் தான் கறாராகத் தேர்தல் நடைபெற வேண்டும்" என நடுத்தர வர்க்கத்தினர் தீர்ப்பளித்துக் கொண்டிருக்கின்றனர். 'ஆளும் கட்சி எல்லாவிதமான தில்லுமுல்லுகளையும் செய்யக்கூடியதாகவும் எதிர்க்கட்சிகள் எந்தவிதமான விதிமுறைகளையும் மீறாத புனிதமானவை' என்ற புதிய புனைவு கட்டமைக்கப்படுவதில், வலுவான அரசியல் பின்புலம் உள்ளது. ஏனெனில் வாக்காளர்களுக்குப் பணம் அளிப்பது முதலாக எல்லாவிதமான முறைகேடான செயல்களையும் செய்வதில் கட்சிகளிடையே பேதம் எதுவுமில்லை என்பதுதான் உண்மை.

நாடு விடுதலையடைந்த பிறகு, 64 ஆண்டுகளாகத் தலைமறைவாகச் செயல்பட்டுக் கொண்டிருந்த

தேர்தல் கமிஷன், இப்பொழுது விழிப்புடன் செயல்படுவது வரவேற்கத்தக்கது. இன்னும் சில பத்தாண்டுகளுக்கு முன்னர் சுறுசுறுப்புடன் தேர்தல் கமிஷன் செயல்பட்டிருந்தால், பொதுத்தேர்தல் என்பது இவ்வளவு சீரழிந்து இருக்காது. சரி போகட்டும். இப்பொழுதாவது தேர்தல் கமிஷன் துணிந்து முடிவெடுத்து, விருப்பு வெறுப்பற்றுச் செயல்பட்டதைச் சமூக அக்கறையுள்ளவர்கள், நிச்சயம் பாராட்டுவார்கள். அரசாங்க இயந்திரங்களில் ஒன்றான தேர்தல் கமிஷன், தன்னிச்சையாக முடிவெடுத்துச் செயற்படும் அமைப்பு; அரசியல்வாதிகள், ஆளும் கட்சியினரின் நெருக்கடிகளுக்குப் பணிந்து விடாமல், சுயமான முடிவெடுக்கும் திறன் மிக்கது; இந்தியாவில் ஜனநாயகம் தழைத்தோங்க அடித்தளமாக விளங்குவது; எங்கும் சுதந்திரம் பரவிட வழிவகுப்பது... இப்படி பல்வேறு பேச்சுகள் கேட்டுக் கொண்டிருக்கின்றன. இந்திய ஜனநாயகம் என்பது தேர்தல் கமிஷன் இல்லாமல் சாத்தியமில்லை என்று பலரும் நம்புகின்றனர். 1975 ஆம் ஆண்டு இந்தியாவில் திடீரென 'அவசர நிலை' அறிவிக்கப்பட்டு 'தேர்தல்' என்ற சொல்லே மோசமானதாகக் கருதப்பட்டபோது, 'தேர்தல் கமிஷன்' எங்கே இயங்கிக் கொண்டிருந்தது என்று என் நண்பர் கேட்டதை எளிதில் புறக்கணிக்க முடியவில்லை. பொதுவாகத் தேர்தல் கமிஷனுக்கு இருப்பதாகச் சித்திரிக்கப்படும் 'வானளாவிய அதிகாரம்' எங்கே போனது? 1976ல் மக்களால் தேர்ந்தெடுக்கப்பட்ட தி.மு.க. அரசைக் கலைத்துவிட்டு, ஆளுநரின் ஆலோசகர்கள் சில ஆண்டுகள் தமிழ்நாட்டினை நிர்வாகம் செய்தபோது, மக்களாட்சித் தத்துவம் ஆட்டங் கண்டது. அப்பொழுது தேர்தல் நடத்தியே தீர வேண்டும் எனத் தேர்தல் கமிஷன் எதுவும் செய்யவில்லை. தேர்தல் நடத்த வேண்டும் என அரசு தீர்மானித்தவுடன், அதைச் சரியான முறையில் நடத்தித்தரும் ஏஜென்சி என்று தேர்தல் கமிஷனைச் சொல்லலாம். எந்தக் கட்சிகளின் மீதும் சாராமல், பாரபட்சம் இல்லாமல், நியாயமான முறையில், தேர்தலை நடத்தும் அமைப்பு என்ற நிலையை மறந்துவிட்டு, அதற்குக் கூடுதல் முக்கியத்துவம் தருவது, ஏற்புடையதன்று. தமிழகத்தில் நிலவும் பல்வேறு பிரச்சினைகளையும் தீர்க்கக்கூடிய 'சர்வரோக சஞ்சீவினி' போல தேர்தல் கமிஷனை முன்னிறுத்துவது, அதன் செயல்பாட்டினுக்கு எதிரானது.

இந்திய ஜனநாயகம் என்ற அமைப்பில் நான்கு பிரிவுகள் உள்ளன. சட்டம் இயற்றும் அதிகாரம் படைத்த பிரதமர், நடுவண் அமைச்சர்கள், எம்.பி.க்கள், முதலமைச்சர், அமைச்சர்கள், எம்.எல்.ஏ.,க்கள் என மக்களால் தேர்ந்தெடுக்கப்பட்ட பிரதிநிதிகள்

முதலிடம் வகிக்கின்றனர். சட்டத்தை நடைமுறைப்படுத்தும் மாவட்ட ஆட்சியர், வட்டாட்சியர், கிராம நிர்வாக அலுவலர் போன்றோர் இரண்டாமிடமும், சட்ட மீறலைச் சீராக்கி நெறிமுறைகளைப் பராமரிக்கும் நீதிமன்றம், காவல்துறை, ராணுவம் மூன்றாமிடமும் பெறுகின்றன. அப்புறம் ஜனநாயகத்தின் தூண்களாகக் கருதப்படும் ஊடகங்கள் நான்காமிடம். இப்படியான ஜனநாயக நாட்டில்தான் நாம் வாழ்ந்து கொண்டிருக்கிறோம். ஆங்கிலேய ஏகாதிபத்தியத்தை எதிர்த்து நடைபெற்ற விடுதலைப் போராட்டம்தான் 'சுதந்திரம்' பெற வழி வகுத்தது. இங்கிலாந்து நாட்டின் காலனியாக இருந்து விடுதலை பெறப் போராடிய இந்தியா, இன்று பல்வேறு மேலைநாடுகளின் புதிய காலனியாக மாறியிருப்பது நகை முரண்தான். உலகவங்கி, ஐ.எம்.எஃப், போன்ற சர்வதேச நிதி நிறவனங்களின் கிடுக்கிப்பிடியில் இந்தியா சிக்கியுள்ளது. பன்னாட்டுப் பகாசுரக் கம்பெனிகளின் மேலாதிக்கம் மட்டுமின்றி, அம்பானி, டாடா போன்ற நிறுவனங்களின் பிடியிலும் வாழ வேண்டிய நெருக்கடியான காலகட்டமிது. இத்தகைய சூழலில் 'தேசியம்' என்ற சொல் வழக்கொழிந்து விட்டது; எந்தவொரு அரசியல்வாதிகளும் விதிவிலக்காக இல்லை. உள்ளூர்ப் பிரச்சினையின்போது, 'இந்துக்களின் கடைகளில் மட்டும் பொருட்களை வாங்குவோம்' என மத வெறுப்பைக் கோஷமாக்கும் சங்பரிவார், ஆர்.எஸ்.எஸ்., போன்ற இந்துத்துவா அமைப்புகள், அமெரிக்க நிறுவனங்களைப் பார்த்தவுடன் பல்லை இளித்து, வாலைச் சுருட்டிக் கொள்கின்றன. இங்கு யார் ஆட்சியில் இருக்கிறார் என்பது பிரச்சினை அல்ல. ஏற்கனவே நிலவும் பொருளியல் மேலாதிக்கத்துடன் ஒத்துப் போகிறவர் ஆட்சியில் இருப்பதுதான் முக்கியம். யாராவது ஒரு கட்சியினர் தேர்தல் மூலம் ஆட்சிக்கு வரவேண்டும். மற்றபடி ஆட்சிக்கு வந்தவுடன் முந்தைய கட்சியினர் சென்ற தடத்திலே புதிய கட்சியினரும் செல்ல வேண்டியது நிர்பந்தமாக உள்ளது; பெரிய அளவில் மாற்றம் எதுவும் செய்ய முடியாது. அதிலும் கடந்த 60 ஆண்டுகளாக ஊழலில் பங்கேற்றுக் கொழுத்துத் திரியும் அதிகார மனப்பான்மை மிக்க மேல்மட்ட அதிகாரிகளை வைத்துக்கொண்டு என்ன செய்யமுடியும்? சட்டத்தை அமல்படுத்தும் காவல்துறை, நீதிமன்றத்தின் செயல்பாடுகள் குறித்துச் சொல்ல நிரம்ப உள்ளன. சட்டத்தின் முன் அம்பானியும் குப்பனும் ஒன்றுதான் என்பது கேப்பையில் நெய் வடியும் கதை. இந்நிலையில் ஏதாவது ஒரு கட்சிக்கு வாக்களிக்க வேண்டியதுதான் இந்தியக் குடிமகனின் ஜனநாயக கடமை. அப்புறம்?

நாட்டு விடுதலைக்குப் பின்னர் 1952–இல் நடத்தப்பெற்ற தேர்தல் இந்திய மக்களுக்குப் பெரிய அளவில் நன்னம்பிக்கையை விளைவித்தது. அதற்குப் பின்னர் எத்தனையோ தேர்தல்கள் வந்து போய்க் கொண்டிருக்கின்றன. யார் யாரோ அரியணைக் கட்டிலில் சுகமாக வீற்றிருக்கின்றனர். பல ஐந்தாண்டு திட்டங்கள்; பல்வேறு நலப்பணிகள், இறுதியில் இன்றைய பொருளியல் நிலைமை என்னவென்று எல்லோருக்கும் தெரிந்ததுதான். நடுவண் அரசிற்காகவும், மாநில அரசிற்காகவும் மக்கள் வாக்குச் சாவடிக்குகளுக்குள் மாறிமாறி நுழைந்து கொண்டே இருக்கின்றானர். ஒவ்வொரு மூத்த குடிமகனும் குறைந்தது பத்துத் தடவைகளாவது தேர்தலில் பங்கேற்று வாக்கு அளித்திருப்பார்கள் அப்புறம் உள்ளூர் தேர்தல்கள் வேறு. இப்படி உற்சாகத்துடன் வாக்கு அளித்த வாக்காளர்களுக்கு இறுதியில் என்ன மிச்சம் என்பதுதான் கேள்வி.

இந்தியாவில் அரசியல் என்பதே பரம்பரையாகச் செய்யப்பட்டு வரும் தொழிலாகிவிட்டது. சில பத்தாண்டுகளில் நூற்றுக்கணக்கான கோடிகளைச் சம்பாதிக்கும் வல்லமை மிக்க அரசியலில், ஒருவர் வெற்றி பெற்றுவிட்டால், அவருடைய கொள்ளுப் பேரன் பேத்திகளும் உட்கார்ந்துகொண்டே சுகமாக வளமுடன் வாழ முடியும்.எனவே அரசியலில் பஞ்சைப்பராரிகள் நுழையவே முடியாது. அரசியல்வாதிகள் என்ற முழுநேரச் செயற்பாட்டாளர்கள் தனித்து உருவாகி விட்டனர். அரசியல்வாதிகளின் மகன்/மகள் அரசியலுக்கு வருவதை யாராலும் தடுக்க முடியாது. 'குலவிச்சை கல்லாமல் பாகம்படும்' என்ற முதுமொழி உண்மைதான்.

எனக்கு நினைவு தெரிந்து அறுபதுகளின் நடுப்பகுதியில் இருந்து 'ஊழல்' என்ற சொல்லைத் தொடர்ந்து கேட்டுக் கொண்டிருக்கிறேன். அது எந்த மொழிச் சொல்? தமிழ்தானா? ஐந்து பவுன் நெக்லஸ் வாங்கிக்கொண்டு ஊழல் செய்தார் எனத் தமிழக அமைச்சர் மீது எழுபதுகளில் ஆளுநரிடம் எதிர்க் கட்சியினரால் புகார் அளிக்கப்பட்ட செயல், இப்போது வேடிக்கையாக உள்ளது. ஊழல் குற்றச்சாட்டுக்கு உள்ளாகாத தலைவர்கள் நிச்சயம் அமைச்சராக இருக்க வாய்ப்பில்லை. 'ஒருவர் தலைமையிலான கட்சி, நல்லாட்சி அமைக்கும். உங்கள் வாக்குகளைச் சிந்தாமல் சிதறாமல் எங்கள் சின்னத்திற்குப் போடுங்கள்' என்ற குரல் எல்லாத் தேர்தல்களிலும் ஒலிக்கிறது. 'நான் உங்கள் வீட்டுப் பிள்ளை. கூப்பிட்ட குரலுக்கு ஓடோடி வருவேன்' எனத் தேர்தலில் போட்டியிடுகிறவர், மேடைகளில்

முழுங்குவதை யாரும் சீரியஸாக எடுத்துக் கொள்வதில்லை, ஓட்டு வேட்டையின் போது சில வாரங்கள் தேர்தலி போட்டியிடும் வேட்பாளர் கும்பிட்டுக் கொண்டிருப்பார், தேர்தல் முடிந்தபிறகு பொதுமக்கள் ஐந்தாண்டுகளுக்கு எம்.எல்.ஏ, அல்லது எம்.பி.யைப் பார்த்துக் கும்பிட வேண்டும். இதுதான் இருவேறு உலகத்து இயற்கை. தேர்தலில் வெற்றி பெற்றவர் காட்டில் அடுத்த ஐந்தாண்டுகளுக்கு நல்ல மழை. அதுவும் ஆளும் கட்சியாக இருந்து விட்டால் பேரதிர்ஷ்டம்தான். 'தேர்தலில் நிற்பதற்காகப் பல லட்சங்களை அண்ணன் போட்டிருக்கார். அதை மீண்டும் எடுக்க வேண்டாமா?' என ஒரு கோஷ்டி ஊழலை நியாயப்படுத்தும். 'தேன் எடுத்தவன் புறங்கையை நக்காமல் இருப்பானா' என்று பொதுப்புத்தி நிலவுமாறு சூழலை மாற்றியிருப்பதுதான் அரசியல் கட்சிகளின் ஆகப் பெரிய பலம்.

யார் ஆட்சிக்கு வந்தாலும் பெரிய அளவில் மாற்றம் ஏற்படாது என்பது குக்கிராமத்தினருக்குக்கூடத் தெரியும், எனவேதான் தேர்தல் நேரத்தில் அரசியல் கட்சிகள் முன்வைக்கும் வாக்குறுதிகளை மக்கள் பெரிதாக எடுத்துக் கொள்வதில்லை. ஓட்டுப் போடுவதற்காகத் தரப்படும் தொகையையும் உற்சாகத்துடன் வாங்கிக் கொள்கின்றனர். 'சரி போன ஐந்து வருஷம் அவன் ஆண்டான். நல்லா தின்னானுக. இப்ப இவன் ஆளப் போறான். இவன் மட்டும் திங்காமல் இருப்பானா' என்று விளிம்பு நிலையினர் கருதுமளவு சூழல் சீர்கெட்டிருப்பது வருத்தத்திற்குரியது. அரசியல் பத்திரிகை நடத்தித் தொடர்ந்து அரசியல் விமாசனம் செய்யும் 'சோ' மாதிரி ஆட்கள், 'அரசியல் ஒரு சாக்கடை' என்று பிரச்சாரம் செய்து, இன்றைய அரசியல் சூழலை நியாயப்படுத்துகின்றனர்; நடுத்தர வர்க்கத்தினரின் வெறும் வாய்களுக்கு 'அவல்' சப்ளை செய்து கொண்டிருக்கின்றனர். சரியான அரசியல் குறித்து மக்களிடையே விழிப்புணர்வு ஏற்படாதவாறு ஊடகங்கள் திட்டமிட்டுப் பசப்புகின்றன.

வேளாண்மையை மூலதனமாகக்கொண்டு வாழும் கோடிக்கணக்கான உழவர்கள் வாழும் இந்திய நாட்டில், அரசியல்வாதிகள் அவர்களுக்குச் செய்துள்ள கேடுகள் ஏராளம். பாரம்பரியமான முறையில் தலைமுறைகள்தோறும் விவசாயம் செய்துவரும் விவசாயிகள் 'இனிமேல் விவசாயம் பற்றிப் பேசுவது குற்றம்' எனச் சட்டமியற்ற அரசாங்கம் துடிப்பதை என்னவென்று சொல்ல? மேனாட்டு உரம், பூச்சிமருந்து, விதைக்கம்பெனிகளின் கொள்ளைக்கான களமாக இந்தியாவை மாற்றி, விவசாயிகளை மெல்லச் சாகடிக்கும் திட்டங்களை நிறைவேற்ற முயலும் வேளாண்

அதிகாரிகளையும், அரசாங்கத்தையும்விடக் கயவர்கள் வேறு யாராவது இருக்க முடியுமா?

ஏற்கனவே புதிய பருத்தி விதை மூலம் இந்தியாவில் பருத்தி வேளாண்மையைச் சிதைத்து ஆயிரக்கணக்கான விவசாயிகள் தற்கொலை செய்து கொண்டதை யாராவது கணக்கில் எடுத்துக் கொண்டார்களா? 1960 களில் பசுமைப்புரட்சி என்ற பெயரில் செயற்கை உரம், பூச்சி மருந்து எனத் திணித்து, வளமான நிலத்தை தரிசாக்கிவிட்டு, இன்று மீண்டும் 'இயற்கை உரம்' பற்றிப் பேசும் வேளாண்மைத் துறையினரின் அயோக்கியத்தனத்தை என்னவென்பது? அமெரிக்காவிலுள்ள மான்சோட்டா கம்பெனியின் மலட்டு விதைகளை இந்தியாவெங்கும் தூவி, விவசாயிகளின் குரல்வளைகளைக் கடித்துத் துப்ப ஒரு கும்பல் காத்துக் கொண்டிருக்கிறது. அதற்கு ஆட்சியிலுள்ள அரசியல்வாதிகளும் உடந்தையாக இருக்கின்றனர். உழுதுண்டு உலகத்தை உய்விக்கும் உழவர்களின் வாழ்வு ஆதாரங்களை அழிக்கத் துடிக்கும் பன்னாட்டுக் கம்பெனிகளுடன் கள்ளக்கூட்டுச் சேர்ந்துள்ள அரசுகளில் ஆளும் கட்சி, எதிர்கட்சி என்ற பேதம் எதுவுமில்லை, சிறப்புப் பொருளாதார மண்டலம் என்ற பெயரில் அயனான நஞ்சை நிலத்தை மிகக்குறைந்த விலைக்குப் பன்னாட்டுக் கம்பெனிகளுக்கு வாரி வழங்கிடப் போட்டியிடும் அரசுகளின் கோரமுகத்தைக் கவனத்தில் கொள்ள வேண்டியுள்ளது. நாடு விடுதலையடைந்து பல்லாண்டுகள் கழிந்த பின்னர், குடிக்க தூய குடிநீர், உணவுக்கு உத்திரவாதம் அளிக்க வக்கற்ற கட்சிகள் வெவ்வேறு பெயர்களில், தேர்தல் மூலம் பதவிக்கு வந்து அதிகாரம் செய்து கொண்டிருக்கின்றன.

இங்குக் குறிப்பிடப்பட்டுள்ள விஷயங்கள் எதுவும் புதியன அல்ல; பலருக்கும் தெரிந்தவைதான். "நம்ம தலையெழுத்து அப்படி இருக்கு. நம்மால் இதை எதிர்த்து என்ன செய்யமுடியும்? இந்தக் கட்சி... இல்லாட்டி அந்தக் கட்சி. இதுல எதை நல்ல கட்சி என்று சொல்வது? கழுதை விட்டையில் முன்விட்டை வேறு பின்விட்டை வேறுன்னு சொல்லமுடியுமா" என்று ஒதுங்கிப் போகும் போக்கு ஏற்பட்டிருப்பது தற்செயலானது அல்ல. இதற்கான சமூகக் காரணங்களை அலசி ஆராய்ந்திட வேண்டியுள்ளது.

'தேர்தலில் ஓட்டுப் போடுவதன்மூலம் ஜனநாயகம் செழிக்கும்,' 'வாக்களிப்பது முக்கியமானது' என்று பல்வேறு தன்னார்வக் குழுக்கள் தமிழகமெங்கும் பிரசாரம் செய்து கொண்டிருக்கின்றன. "தேர்தலில் வாக்களிப்பது இந்தியக் குடிமகன்களின் கடமை" என்ற ரீதியில் தேசப்பற்றைப் போதிக்கிற திரைப்பட நடிகர்கள்

திரைப்படங்களில் குத்தாட்டம் போட்டுக் கொண்டிருக்கும் யோக்கியர்கள் (பன்னாட்டுக் கோகோகோலா கம்பெனியிடம் சில கோடிகள் வாங்கிக்கொண்டு இந்தியக் குளிர்பானம் விறகிறவரின் முகத்தில் விளக்குமாற்றால் சாத்திய நடிகர் விக்ரம் தேசப்பற்றைப் போதிப்பது அருவருப்பானது). கடந்த இருபது நாட்களாக ஊடகங்களைத் தொடர்ந்து கவனித்துக் கொண்டிருந்தவர்களின் மனதில் 'ஓட்டுப்போடுவது மாபெரும் கடமை' என்ற விதை ஊன்றப்பட்டதன் விளைவுதான், இதுவரை இல்லாத அளவில் 78% மக்கள் வாக்களித்துள்ளனர். மக்கள் தங்களுடைய கடமையைச் செவ்வனே செய்து விட்டனர். இனி என்ன? பழைய கறுப்பு வெள்ளைப் படங்களின் முடிவில் வரும் 'சுபம்' போல எங்கும் சுபிட்சம் மலர்ந்துவிடும். எங்கும் தேனும் பாலும் ஆறாகப் பெருக்கெடுத்து ஓட வாய்ப்புள்ளது.

தேர்தலில் போட்டியிடுகிற கட்சிகளின் பணம், கார், உணவு, இலவசப் பொருட்கள், மது எல்லாவற்றையும் புறக்கணித்துவிட்டு வாக்களிப்பதுதான் உன் வாழ்க்கை லட்சியம், பிறவிப்பயன் என்ற போதனைகள் ஓ.கே. யாருடைய எச்சில் காசிலும் பங்கெடுக்காமல், தன்மானத்துடன் விஷயம் என்பதில் யாருக்கும் கருத்து வேறுபாடு இல்லை. ஆனால் யாரைத் தேர்ந்தெடுப்பது? அன்பிற்கினிய தேர்தல் கமிஷன் இந்த இடத்தில் மௌனம் சாதிக்கிறது; அது செல்லும் வழியை மட்டும்தான் காட்டும். தேர்தலில் போட்டியிடும் இரு பலமான கூட்டணிகளில், ஏதாவது ஓர் அணி சார்ந்த வேட்பாளருக்குப் பொன்னான வாக்களிப்பதுதான் வாக்காளரின் கடமை. அப்புறம் யார் ஆட்சிக்கு வந்தாலும் என்ன நடக்கப்போகிறது என்பது ஊரறிந்த விஷயம். இந்நிலையில் 'தேர்தல்' குறித்துத் தேர்தல் கமிஷன் செய்யும் முகாந்திரங்கள் எதற்காக என்று தோன்றுகிறது. நாட்டுநலன், தேசப்பற்று போன்ற சொற்கள் அர்த்தமிழந்த நிலையில், மீண்டும்மீண்டும் நம்பிக்கை பத்திரத்தைப் புதுப்பிக்கச் சொல்லும் தேர்தல் கமிஷனுக்கு உள்நோக்கம் எதுவுமில்லை என்று நம்புவோம். விண்ணிலிருந்து தேவன் இறங்கி வந்து நிகழ்த்தவிருக்கும் அற்புதங்கள் பற்றிய புனைவுகள் போல் பலருடைய மனங்களில் தேர்தல் கமிஷனால் இன்று ஏற்பட்டிருக்கும் பிரேமைகளும் மலட்டுக் கனவுகளும் அளவற்றவை. அழுகித் துர்நாற்றமடிக்கும் முதலாளிய அரசியலமைப்பினை நியாயப்படுத்தும் பணியை நுட்பமான வழிகளில் தேர்தல் கமிஷன் செய்து கொண்டிருக்கிறது.

தேர்தல் கமிஷன் யாருக்கும் பயப்படாமல், நியாயமான முறையில் தேர்தல் நடத்திய செயல் குறித்து மாற்றுக் கருத்து

எதுவும் இருக்க முடியாது. இந்தியா போன்ற ஊழல் பெருகிய நாட்டில் தேர்தல் கமிஷனில் பணியாற்றும் அரசு அதிகாரிகளின் தன்னிச்சையான முடிவுகளும் செயற்பாடுகளும், நாம் இந்தியாவில்தான் வாழ்கின்றோமா என்ற சந்தேகத்தைத் தருகிறது. எவ்வாறாயினும் தேர்தல் கமிஷனை வாழ்த்துவோம்.

சரி, இந்த மாதம் 13–ம் தேதியே ஏதோ ஒரு கட்சியானது பெரும்பான்மை பெற்று ஆட்சியதிகாரத்திற்கு வந்துவிடும் அப்புறம் அந்தக் கட்சியினரின் செயற்பாடுகளுக்கு யார் பொறுப்பேற்பது? தேர்தல் கமிஷனா? நாட்டுப்பற்றை மக்களுக்குப் போதித்த நல்லவர்களா? அரசுக் கட்டிலேறும் கட்சியினர் ஏதாவது ஊழல்கள் செய்தால் என்ன செய்வது? வண்டியில் கோடிக்கணக்கில் பணம் கடத்தினால்? ஊர் முழுக்கத் தலைவரின் கட்–அவுட்டுகள், ப்ளக்ஸ் போர்டுகள் வைத்தால்? அரசியல் தலைவரின் மகன், மகள் திருமணத்திற்காக ஆயிரக்கணக்கான ஆடுகளை வெட்டி பிரியாணி விருந்து பல்லாயிரக்கணக்கானோருக்கு வழங்கினால், பல்லாயிரக்கணக்கில் மதுக்குப்பிகள் இலவசமாக வழங்கினால், தேர்தல் வெற்றி மாநாடு என்ற பெயரில் கோடிக்கணக்கில் பணம் செலவழித்து, ஆயிரக்கணக்கான வாகனங்களில் லட்சக்கணக்கான மக்களை ஒன்று திரட்டினால், கிலோ கணக்கில் உடல் முழுக்க நகைகளை அணிந்துகொண்டு திருமண ஊர்வலத்தில் தலைவி நடந்து வந்தால், பல மைல்கள் தொலைவு அலங்கார விளக்குகள், குழல்விளக்குகள் அரசியல் கூட்டத்திற்காக ஒளிர்ந்தால், டி–சாட், தொப்பி, கட்சிக்கரை போட்ட வேட்டி, சேலைகள் பல்லாயிரக்கணக்கில் இலவசமாக வழங்கப்பட்டால் என்ன செய்வது? அரசியல்வாதிகள் எவ்விதமான கணக்கு வழக்குகளும் இல்லாமல் சுவிஸ் வங்கிகளில் சேர்த்து வைத்திருக்கும் பணத்தினை எப்படிக் கைப்பற்ற முடியும்? ஆட்சிக்கு வந்தவுடன் ஊரை அடித்து உலையில் போட்டுக் கொள்ளையடிக்கும் மக்கள் பிரதிநிதிகளைத் தேர்தல் கமிஷனால் கட்டுப்படுத்த முடியுமா என்பதுதான் இன்றைய கேள்வி. ஊழல் அரசியல்வாதிகளைப் பதவியிலிருந்து நீக்க வேண்டும் என வாக்கு அளிக்க மக்கள் விரும்பினால், அதற்கான வழிமுறைகளைத் தேர்தல் கமிஷன் செய்து தர வேண்டாமா?

இன்றைய காலகட்டத்தில் ஆட்சிக்கு வந்த அரசியல்வாதிகளைத் தேர்தல் கமிஷனால் கட்டுப்படுத்த முடியாது. அது நீதிமன்றத்தின் வேலை என ஒதுங்கிக் கொள்ளும். ஊழல் பிரச்சினையில் சிக்கிய கட்சியினர்மீது தொடுக்கப்பட்ட வழக்கு இருபது வருடங்கள் முடிந்தாலும் முடியாத என்பது இந்திய நீதிமன்றங்களின்

அவலநிலை. இந்நிலையில் மீண்டும் தேர்தலில் போட்டியிடும் அந்தக் கட்சியினர் ஊழலுக்கு எதிராகக் குரல் எழுப்பலாம். புதிய ஜனநாயகம் மலர அதுவே வழி என்று சார்புநிலை ஊடகங்கள் பிரசாரம் செய்யும். ஞாபக மறதியான மக்கள், ஏற்கனவே ஊழல் குற்றச்சாட்டினுக்குள்ளானவரை மீண்டும் தேர்ந்தெடுத்துத் தங்கள் நாட்டுப்பற்றை நிரூபிப்பார்கள்.

சரியாகத் தேர்தலை நடத்திய தேர்தல் கமிஷன், யார் யார் தேர்தலில் நிறக வேண்டும் என்ற விதிமுறைகளில் மாற்றங்களைச் கொண்டுவர வேண்டும். ஆரசியல் என்பது ஒரு குறிப்பிட்ட பிரிவினருக்கு மட்டுமான தொழிலா? சாதி வெறியர்கள், மத அடிப்படைவாதிகள், தெருப் பொறுக்கிகள், கந்துவட்டிக்காரர்கள், ரவுடிகள், நிலவுடைமைக் கொடுங்கோலர் போன்றோர் அதிகாரத்தினுக்காக அரசியலில் நுழைந்து ஆட்டிப் படைத்துக் கொண்டிருக்கின்றனர். இந்நிலைமை சரியல்ல. அரசியல்வாதிகள் மட்டும்தான் தேர்தலில் போட்டியிட வேண்டும் என்பதை மறுபரிசீலனை செய்ய வேண்டும்.அரசு ஊழியர்கள், ஆசிரியர்கள், தனியார் நிறுவன ஊழியர்கள் சில மாதங்கள் விடுப்புப் பெற்றுத் தேர்தலில் போட்டியிட தேர்தல் கமிஷன் வாய்ப்பளிக்க வேண்டும். நேர்மையான மாவட்ட ஆட்சியர், காவல் துறை உயர் அதிகாரிகள் போட்டியிட்டு வெற்றியடையும்போது, கழிசடைத்தனமான அரசியல் சூழலில் மாற்றமேற்படும். ஒருக்கால் அவர்கள் தேர்தலில் தோற்றுவிட்டால், மீண்டும் பணிக்குச் செல்ல அனுமதிக்க வேண்டும். தேர்தலில் கண்ணியமானவர்களும் நேர்மையானவர்களும் போட்டியிடுவதற்கான சூழலைத் தேர்தல் கமிஷன் ஏற்படுத்தித் தர வேண்டும். அப்பொழுது தான் ஊழல்கள் குறையும்.

இறுதியாகச் சில சொற்கள்:

தேர்தல் கமிஷன் பின்வரும் விஷயங்களைக் கவனத்தில் கொண்டு நடைமுறைப்படுத்த வேண்டும்.

மக்களால் தேர்ந்தெடுக்கப்பட்ட பிரதிநிதிகள் தவறு/ஊழல் செய்யும்போது, அவர்களை மீண்டும் திருப்பி அழைப்பதற்கான வழிமுறைகள் செய்து தரப்பட வேண்டும்.

தேர்தலுக்கு முன்னர் அரசியல்வாதிகளின் முறையற்ற செயல்களைக் கட்டுப்படுத்தி வரன்முறைப்படுத்தியது போல, தேர்தலுக்குப் பின்னர் ஆட்சியதிகாரம் செய்திடும் கட்சியினரின் ஊழல்கள்/ஒழுங்கீனங்கள் போன்றவற்றைக் கட்டுப்படுத்தும் அதிகாரத்துடன் தேர்தல் கமிஷன் இருக்க வேண்டும்

அரசு ஊழியர்கள், ஆசிரியர்கள் போன்றோரைத் தேர்தலில் போட்டியிடுவதற்கு அனுமதிக்க வேண்டும்.

சாதி, மத அரசியலை முன்னிறுத்தும் கட்சிகளைத் தேர்தலில் போட்டியிட அனுமதிக்கக்கூடாது.

இவை நடைமுறைப்படுத்தப்படாவிட்டால், நடந்த முடிந்த தேர்தலின் மூலம் நாம் கைமேல் கண்ட பலன், இடது கை ஆள்காட்டி விரலில் பதிக்கப்பட்டிருக்கும் அழியாத கருப்பு மை மட்டும்தான்.

(உயிர்மை, மே-2011)

குஜராத் ஒளிர்கிறதா?: பயண அனுபவங்கள்

ஊரைச் சுற்றுவதை லட்சியமாகக் கொண்டிருந்த பதின்பருவம் தொடங்கி, இன்றுவரை வீட்டைவிட்டு வெளியே செல்லவேண்டுமென்றால் மனம் குதூகலிக்கத் தொடங்கி விடுகிறது. ஒரே இடத்தில் நீண்ட நாட்கள் தங்கி இருந்தால் கால்களில் வேர் முளைத்துவிடும் என நினைப்பு தோன்றுகிறது. எவ்விதமான நோக்கமற்று தொடங்கும் பயணம் எதையும் எதிர்பார்க்காமல் புதிய உலகினுக்கு இட்டுச் செல்லும். பரந்து விரியும் நிலப்பரப்பு காட்சிகள் தரும் மனப்பதிவுகள் முக்கியம். எல்லாவற்றையும் விட்டேத்தியான மனநிலையில் கடந்து செல்லும்போது, நிலமும் வெளியும் வேறு ஒன்றாக மனதில் சித்திரமாகின்றன. ஒப்பிட்டு நிலையில் மனம் உருவாக்கும் கருத்துகள் ஒருபோதும் அழியாதவை. அண்மையில் குஜராத் மாநிலத்திற்கு செல்ல வேண்டிய சூழல் ஏற்பட்டது. நண்பர் சுதீர் செந்தில்தான் எல்லா ஏற்பாடுகளும். மதக்கலவரத்தில் ஆயிரக்கணக்கான மக்களைக் கொன்று குவித்த மாநிலம் என்ற எண்ணம் கசப்பையும் வெறுப்பையும் தந்தது. ஒரு நகரத்தில் வாழ்கின்ற எல்லோரையும் மதப்பேய் பிடித்தாட்டுமா? அப்புறம் குஜராத் ஒளிர்கிறது என ஊடகங்கள் மூலம் இந்து மத அடிப்படைவாதிகளும் கார்ப்பரேட்டுகளும் கட்டமைத்துள்ள புனைவு தந்த எரிச்சல் வேறு. ஒரு வாரம் குஜராத் மாநிலத்திற்குப் போய் என்ன செய்வது என எல்லா வழிகளிலும் பயணத்திலிருந்து விலக முயன்றேன். ஏதாவது காரணம் கிடைக்காதா எனத் தேடி அலைந்தேன். ஆனால் நண்பனின் மூலம் விதி உருத்து வந்து ஊட்டியது. ஒருவாறு மனதைத் தேற்றிக்கொண்டு விமானம் ஏறினேன்.

வானத்தில் பறந்து செல்லும் காகம் பூமியை முழுக்கப் பார்த்தவாறு பறக்கிறது என்பதில் பொதிந்துள்ள உண்மை போலத்தான் எனது பயண அனுபவங்களும். புத்தர் சொன்ன யானையைப் பார்த்த பார்வையற்றோரின் கதையும் நினைவுக்கு வந்தது. அகமதாபாத் நகருக்கு நள்ளிரவில் போய்ச் சேர்ந்தோம். அந்த நகருக்கருகில் புதிதாக உருவாக்கப்பட்ட காந்தி நகர் தான் தலைநகரம் எனப் பாடப்புத்தகத்தில் வாசித்தது நினைவுக்கு வந்தது. பெயரில் அகமது என இருப்பதை எப்படி ஏற்றுக்கொள்ள முடியும் எனப் பட்டேல் போன்ற அரசியல்வாதிகள் யோசித்ததுதான் காந்தி பெயரில் புதிய நகரமா? குஜராத்தின் வரலாற்றில் கடந்த நானூறு ஆண்டுகளுக்கு முன்னர் முஸ்லிம் மன்னர்கள் ஆட்சியிலிருந்து அதிகாரம் செலுத்தியுள்ளனர். கடந்த காலத்தில் மதங்களின் பெயரால் சிந்தப்பட்ட ரத்தத்தின் நெடி இன்னும் வீசுவதாகத் தோன்றியது.

இந்திய வரைபடத்தில் மேற்கு பகுதியில் மாங்காய் போலத் தோன்றும் கட்ச் பகுதியிலிருந்து எங்களுடைய பயணம் தொடங்கியது. நிலநடுக்கத்தினால் பேரழிவிற்குள்ளான புஜ் நகரை மையமாகக்கொண்டு சுற்ற ஆரம்பித்தோம். அழிவிலிருந்து மீண்டும் புதிதாக வருவது என்பது எளிய காரியம் அல்ல. அங்கே அருமையான முறையில் திட்டமிட்டுச் செயல்கள் நிறைவேற்றப்பட்டுள்ளன. இவையெல்லாம் எப்படி என்ற கேள்விக்கு உயர்நிலை அதிகாரி முதல் கீழ்மட்ட அலுவலர் வரை எல்லோரும் ஒருமித்த குரலில் "அரசாங்கமும் என்.ஜி.ஓ.களும் இணைந்து செய்தவை" என்றனர். தன்னார்வத் தொண்டு நிறுவனங்கள் குஜராத் அரசின் செயல்பாடுகளில் நீக்கமற நிறைந்துள்ளன. மக்களுக்குச் சேவை செய்வதுதான் என்.ஜி.ஓ.களின் பணி என்ற கருத்து எல்லா மட்டங்களிலும் ஆழமாக ஊடுருவியுள்ளது. வெளிநாட்டுப் பணத்தின்மூலம் என்.ஜி.ஓ.கள் மிகவும் வசதியான வாழ்க்கை வாழ்கின்றனர் என்று விமர்சித்தவர்கூட, அவர்கள் குறித்து எதிர்மறையான கருத்தினை முன் வைக்கவில்லை. குஜராத் மாநிலம் முழுக்க தன்னார்வத் தொண்டு நிறுவனங்கள் பரவலாக இருப்பதுடன் அரசு இயந்திரத்துடன் சுமுகமாகக் கை கோர்த்திருக்கின்றன. ஏன் அங்கு மட்டும் இப்படியான நிலைமை? அரசு அதிகாரிகளுக்கும் என்.ஜி.ஓ.களுக்கும் இடையில் நிலவும் வலுவான உறவின் பின்புலத்தில் செயல்படும் அரசியலைக் கண்டறிய வேண்டியுள்ளது

நிலநடுக்கத்திற்குப் பின்னர் புதிதாக உருவாக்கியுள்ள குடியிருப்புகள், கிராமங்களைச் சுற்றிப் பார்த்தோம். ஒவ்வொரு

சாதியினருக்கும் எனத் தனியே வீடுகள் அரசின் உதவியினால் கட்டப்படுள்ளன. என்.ஜி.ஓ.கள் கட்டியுள்ள குடியிருப்புகளில் ஒவ்வொரு சாதியினருக்கும் ஒரு தெரு என ஒதுக்கீடு செய்யப்பட்டுள்ளது. அடுத்தடுத்து இரு அறைகள் கொண்ட வீட்டின் முன்னர் தாழ்வாரம் உள்ளது. வெளியே சிறிய சமையல் அறை, குளியலறை. மிகவும் எளிமையான வீட்டமைப்பு. இன்று தமிழகக் கிராமங்களில் கட்டப்படும் பிரமாண்டமான வீடுகளுடன் ஒப்பிட்டால் அவை மிகவும் சிறியவை. இரவில் உறங்குகின்ற நேரம் தவிர எப்பொழுதும் வீட்டிற்கு வெளியில் மரத்தடிகளில் இருக்கின்றனர். அவர்களுடைய தேவைகள் மிகவும் குறைவாக உள்ளன. கிராமத்தினர் இந்த வசதி போதும் என்ற மனநிறைவுடன் இருக்கின்றனர். அவர்கள் வெளியுலகத் தொடர்பு எதுவும் இல்லாமல் வாழ்வதாகத் தோன்றியது. காலை உணவாக சூடான ஜிலேபி, எண்ணெயில் பொரிக்கப்பட்ட கடலை மாவில் செய்யப்பட்ட நீளமான பலகாரம் சாப்பிடுகின்றனர். சுத்திகரிக்கப்பட்ட குடிநீர் எதுவும் இல்லை. பெரும்பாலும் வயல் வேலைதான். ஆமணக்கு, சோளம்,பருத்தி முக்கியமான பயிர்கள். எங்கு பார்த்தாலும் எளிமையைப் பார்த்தவுடன் எனக்குக் காந்தி நினைவுக்கு வந்தார். மதுரையில் உள்ள காந்தி மியூசியத்தில் மாதிரிக்காகக் கட்டப்பட்டுள்ள சபர்மதி ஆசிரமக் கட்டடத்தைப் பார்க்கும்போது, இவ்வளவு எளிமையாக காந்தி வாழ்ந்தது ஏன் என்ற கேள்வி தோன்றும். குஜராத் கிராமங்கள் இன்றுகூட சாதாரணமாக இருக்கும்போது, நூறாண்டுகளுக்கு முன்னர் இன்னும் எளிமையாக இருந்திருக்கும். காந்தியின் எளிமை என்பது சராசரி கிராமத்துக் குஜராத்தியரின் எளிமையில் இருந்து வந்ததுதான்.

பகல் வேளையில் சுமார் 400கி.மீ. தொலைவு பயணம் செய்தபோது மொத்தம் ஏழு அரசு பேருந்துகளைத்தான் சாலையில் பார்த்தோம். கிராமப்பகுதிகளில் தில்லியிலுள்ள பட்பட் வண்டி போன்ற வண்டிகளின் பின்னால் இருக்கும் நீளமான பலகைகளில் அமர்ந்து நெருக்கியடித்துக்கொண்டு ஆணும் பெண்ணும் பயணிக்கின்றனர். அபாயகரமான பயணத்தில் எந்த நேரத்திலும் எந்தப் பயணியும் ஓடுகிற வண்டியிலிருந்து நடு ரோட்டில் கீழே விழுந்து காயம் ஏற்பட வாய்ப்புள்ளது. பொதுவாகக் குஜராத்தில் போக்குவரத்து என்பது மிகவும் குறைவாக உள்ளது. கிராமத்தினர் ஊரை விட்டு அடிக்கடி வெளியே போக வேண்டிய தேவைகள் இருக்காது என்று தோன்றியது. கோவில் தவிர பொது இடங்களில் பெண்களின் நடமாட்டம் குறைவாக உள்ளது. தொழில் புரட்சி காரணமாக உலகமெங்கும்

மாற்றங்கள் நிகழ்ந்தபோது, ஆசியாவிலுள்ள கிராமங்கள் மோன தவத்தில் இருந்தன என காரல் மார்க்ஸ் 19 ஆம் நூற்றாண்டில் சொன்னது, இன்றைய குஜராத் கிராமங்களுக்கும் பொருந்தும். நாங்கள் சென்ற பகுதிகள் ராமநாதபுர மாவட்டத்தின் வறண்ட பூமியை நினைவூட்டின. புழுதியும் வறட்சியும் எங்கும் நிலவின.

உலகமயமாக்கலினால் நுகர்பொருள் பண்பாடு எங்கும் வீச்சாகப் பரவிடும் சூழலில் குஜராத் ஒதுங்கியே இருக்கிறது. அரசு அலுவலகம், நூலகம், வீடுகள், என்.ஜி.ஒ.களின் அலுவலகம் என எங்கே போனாலும் டம்ளரில் தண்ணீர் தந்து, குடிப்பதற்குத் தருகின்றனர். அடுத்துக் கோப்பையில் தரும் தேநீரைச் சாசரில் ஊற்றி உறிஞ்சிக் குடிக்கின்றனர். சில வீடுகளில் வந்திருப்பவரிடம் சாசரை மட்டும் தந்து. கெட்டிலில் இருந்து தேநீரை ஊற்றுகின்றனர். மக்களில் 90% பேர் சைவ உணவு பழக்கமுடையவர்கள். செல்லும் வழியில் மட்டன், சிக்கன், மீன் விற்கும் கடைகளைப் பார்க்க முடியவில்லை. கே.எப்.சி. போன்ற துரித உணவகங்கள் நகர்ப்புறத்தில்கூட இல்லை. அரபிக் கடலின் நீண்ட கடற்கரைப் பகுதியில் பெரிய அளவில் மீன்களைப் பிடித்து வெளிநாடுகளுக்கு ஏற்றுமதி செய்யும் குஜராத்தியர்கள் பொதுவாக விஜிடேரியன் உணவையே சாப்பிடுகின்றனர். அசைவ உணவு சாப்பிடுகின்றவர்களைக் கிறிஸ்தவர் அல்லது முஸ்லிம் என்று கருதுகின்றனர். இந்து என்றாலே சைவ உணவுதான் என்பது எழுதாத சட்டமாக உள்ளது. சாதியும் மதமும் மக்களிடையே ஆழமாக எல்லா நிலைகளிலும் தாக்கத்தினை ஏற்படுத்தியுள்ளன. அரசு அலுவலர் ஒருவர் பசுக்களைப் பாதுகாக்கும் கோ மடம் எல்லா இடங்களிலும் இருப்பதைக் குஜராத்தின் பெருமையாகச் சொல்வதைக் கேட்டேன். மகாபாரதக் கதையில் இடம் பெற்றுள்ள கிருஷ்ணன் கொல்லப்பட்ட இடத்தைப் பார்க்க போயிருந்தோம். செல்லும் வழியில் நீளமான புல்லுக் கட்டுகளை ஒருவர் விற்றுக் கொண்டிருந்தார். அவ்வப்போது அங்கு வருகின்றவர்கள் காசு கொடுத்துப் புல்லினை வாங்கி தெருவில் திரிந்த மாடுகளுக்குத் தின்னக் கொடுத்தனர். தினமும் பசுவிற்குப் புல் தருவது புண்ணியம் என்ற நம்பிக்கை வலுவாக உள்ளது. பசு மீது காட்டுகின்ற அக்கறை சாதிரீதியில், மதரீதியில் மனிதர்களைக் கொல்லும்போது மட்டும் ஏன் இல்லாமல் போகிறது?

ஆதாயம் குறைந்ததினால் மாடு வளர்ப்பு என்பது தமிழகத்தில் குறைந்து வருகின்ற நிலையில், குஜராத்தில் அது இன்றும் லாபகரமாக உள்ளது. கிராமப்புறத்தில் சுமார் ஐம்பதுக்கும் குறையாத மாடுகளை மேய்த்துக் கொண்டிருப்பவர்களைப்

பல இடங்களில் பார்க்க முடிந்தது. தமிழகத்திலுள்ள மாடுகள் பெரிதும் வெளிநாட்டு உயர்ரகக் காளைகளுடன் இணை சேர்க்கப்பட்ட வழியில் பிறந்தவை. இன்று நாட்டு மாடுகள் என்ற இனமே அருகி விட்டது. குஜராத்தில் எங்கு பார்த்தாலும் நாட்டு மாடுகள்தான். தமிழக கால்நடைத்துறை எழுபதுகளிலே நவீனமயமாகிக் கலப்பினப் பசுக்கள் பெருகிய நிலையில், குஜராத் இன்னும் பாரம்பரிய கால்நடை முறையைப் பின்பற்றுவதில் ஏதாவது நுண்ணரசியல் இருக்குமா?

பட்டேல் சாதிப் பெருமையைப் பேசுகிறவர்களைப் பல இடங்களில் பார்க்க முடிந்தது. நூறாண்டுகளுக்கும் முன்னரே உலகமெங்கும் வணிகம், கடைகள் வைத்திருக்கும் பட்டேல் சாதியினரான வியாபாரிகளின் ஆதிக்கம்தான் இன்று குஜராத்தை அரசியல்ரீதியில் ஆதிக்கம் செலுத்துகிறது. குஜராத்தில் இன்று பேசப்படும் பழம்பெருமை, சாதி மத ஏற்றத்தாழ்வுகளைத் தொடர்ந்து தக்க வைப்பதில் பெரும் வணிகர்களின் பங்கு முக்கியமானது. புஜ்ஜிலிருந்து கண்ட்லா துறைமுகத்திற்குச் செல்லும் வழியில் சுமார் 20கி.மீ. தொலைவு நூற்றுக்கணக்கான பிரமாண்டமான தொழிற்சாலைகளைப் பார்த்தோம். அது போல மர்பி என்ற நகருக்கருகிலும் கணக்கற்ற தொழிற்சாலைகள். ஒரே இடத்தில் இவ்வளவு தொழிற்சாலைகள் இந்தியாவில் வேறு எங்கும் இருக்க வாய்ப்பில்லை. கார்ப்பரேட்டுகளின் செல்லப்பிள்ளையாக குஜராத் மாநிலம் விளங்குகிறது. கார்ப்பரேட்டுகளுக்குச் சாதகமான அரசியல் இல்லாத சூழலில் வீக்கம் போல ஒரு மாநிலத்திற்குள் கணக்கற்ற தொழிற்சாலைகள் இருந்திட வாய்ப்பில்லை.

குஜராத்தில் தேவைக்கும் அதிகமான மின் உற்பத்தி என்ற பேச்சின் மறுபக்கம் முக்கியமானது. தமிழகக் கிராமத்து வீடுகளில்கூட ஃபிரிட்ஜ், ஏர் கண்டிசன் இயந்திரம், பெரிய திரை தொலைக்காட்சி என எங்கும் மின் பயன்பாடு அதிகம். நுகர்பொருள்கள் மூலம் தமிழர்களின் வாழ்க்கை வேறு ஒன்றாக உருமாறி விட்டது. ஒப்பீட்டளவில் குஜராத் மாநில கிராமத்துவாசிகள் குறைவான மின்சாரத்தையே பயன்படுத்துகின்றனர். இதனால் கணிசமான அளவில் மின்சாரம் மிச்சமாக வாய்ப்புண்டு. கார்ப்பரேட்டுகளின் தொழிற்சாலைகளுக்கு அதிக அளவில் மின்சாரம் கிடைக்கும் வகையிலான செயல் திட்டங்களுக்கு அரசாங்கம் முன்னுரிமை தரும்போது மின்சாரம் உபரியாவதில் வியப்பில்லை. கிராமத்து சாலை வசதிகளுடன் ஒப்பிடும்போது தமிழகம் மேலான இடத்தில் உள்ளது. மருத்துவம், கல்வியைப் பொறுத்தவரையில் குஜராத்

மிகவும் பின் தங்கிய நிலையில் உள்ளது; ஒருபோதும் தமிழகத்தின் அருகில் நெருங்கிட முடியாது.

குஜராத்தில் எந்த இடத்திலும் கட்சிக் கொடிகளைப் பார்க்க முடியவில்லை. அரசியல் சுவரெழுத்துகளும்கூட இல்லை. அரசு சுற்றுலா விடுதிகள் உள்பட எங்கும் முதலமைச்சர் நிழற்படம் மாட்டப்படவில்லை. மோடி முதலமைச்சராக இருந்தபோதும் அவருடைய ஃபோட்டோ அரசு கட்டடங்களில் இல்லை என்பதைக் கேட்டறிந்தேன். காந்தி நகரிலுள்ள தலைமைச் செயலகத்திற்கு அருகில் போனோம். தெருவில் ஆள் நடமாட்டம் எதுவுமில்லை. எனக்கு ஏனோ சென்னைக் கோட்டையில் நிரம்பி வழியும் கூட்டத்தினர் நினைவுக்கு வந்தனர். எந்தக் கட்டடத்திற்குள் நுழைவது என்றாலும் முன் அனுமதி தேவை. எல்லா நுழைவாயில்களிலும் மின்னணுக் கருவி தடுக்கிறது. சட்டப் பேரவை உறுப்பினர்கள்கூட வாரத்திற்கு ஒரு நாள் தான் தலைமைச் செயலகத்திற்குள் செல்ல வேண்டும் என்பது விதி.

அரசாங்க வேலைகளுக்கு நிரந்தரப் பணியில் அலுவலர்களைத் தேர்ந்தெடுப்பது நிறுத்தி வைக்கப்பட்டு நான்கைந்து ஆண்டுகள் ஆகி விட்டன. ஏற்கனவே பணியில் இருப்பவர்களில் 25% அலுவலர்களை வெளியேற்ற வேண்டுமென மோடி தலைமையிலிருந்த அரசு கொள்கை முடிவெடுத்துள்ளது. இனிமேல் முடிந்த அளவில் அவுட் சோர்சிங் தான். சில அரசின் துறைகளுக்கு அவசியம் ஆட்கள் வேண்டுமென்றால் தொகுப்பூதியம் தரப்படுகின்றது; நிரந்தரப் பணி பற்றிய பேச்சுக்கு இடம் எதுவுமில்லை. பட்டம் பெற்று வெளியே வரும் இளைய தலைமுறையினர் குறித்துச் சிறிதும் அக்கறையற்ற அரசின் மக்கள் விரோதப் போக்கு அதிர்ச்சியைத் தந்தது. இளைஞர்களுக்கு வேலை அல்லது பணி தருவது அரசின் கடமை இல்லை என்றால், அப்புறம் அதிகாரத்தில் இருப்பது எதற்காக?

காங்கிரஸ், பாரதிய ஜனதா கட்சியினர் இதுவரை ஆண்டபோதும் அரசியல் என்னவென்று அறியாத மக்கள் தான் எங்கும் பரவலாக உள்ளனர். இவ்வளவு தொழிற்சாலைகள் இருப்பதால் தொழிற்சங்கங்கள், கம்யூனிஸ்ட் கட்சிகள் இருக்க வேண்டுமென்ற நிலையும் அங்கில்லை. தொழிலாளர்கள் கோடிக்கால் பூதம் என மார்க்சிய ஆசானால் வர்ணிக்கப்பட்டவர்கள் எவ்விதமான அரசியல் விழிப்புணர்வும் இல்லாமல் இருப்பது எப்படி சாத்தியம்? மார்க்சிய கருத்துகளை விவரிக்கும் அரசியல் நூல்கள் குஜராத் மொழியில் எதுவுமில்லை என அரசு உயர் அலுவலர் ஒருவர் என்னிடம் தெரிவித்தார். அரசியலற்ற தன்மையில் தொடர்ந்து

ந.முருகேசபாண்டியன் ● 45

குஜராத்தியர்கள் இருப்பதற்கான சமூக பொருளியல் அரசியல் காரணங்கள் ஆய்விற்குரியன.

சிறு நகரத்தில்கூட நாளிதழ்கள்,பத்திரிகைகள் விற்கும் கடைகள், புத்தகக் கடைகளைத் தேடி அலுத்து விட்டேன். அங்கிருந்த ஏழு நாட்களும் ஆங்கில நாளிதழ் வாசிக்கவில்லை. குஜராத் மொழியில் வாசிக்கும் பழக்கம் குறைவு எனக் கேள்விப்பட்டதை நம்ப முடியவில்லை. குஜராத்தில் கவிதை எழுதுகிறவர்கள் எண்ணிக்கை பத்துக்குள் அடங்கும். அதுவும் குஜராத் மொழிப் பேராசிரியர்கள்தான் கவிதை எழுதுகிறார்கள் என்பது கூடுதலான தகவல். பல்வேறு மொழி பேசுகின்றவர்கள் வாழ்கின்ற குஜராத்தில் குஜராத் மொழிகூட மக்களை ஒருங்கிணைக்கவில்லை.

குஜராத்தில் எப்பொழுதும் வணிகர்கள், கார்ப்பரேட்டுகளின் ஆதிக்கம் மேலோங்கியுள்ளது என்பதற்கு சிறந்த எடுத்துக்காட்டு அரசு அலுவர்கள் பற்றிய பொது மதிப்பீடு. உயர் நிலையில் இருக்கும் அரசு அதிகாரி தொடங்கிக் கீழ் மட்ட அலுவலர் வரை யாருக்கும் அளவுக்கதிகமாக மரியாதை தரும் போக்கு இல்லை. நிலவுடைமைச் சமூகத்தில் அரசு அதிகாரிகளுக்குத் தரப்பட்ட மரியாதை இன்றும் நிலவுகின்ற தமிழகத்துடன் ஒப்பிடும்போது, குஜராத்தியர்களின் மனோபாவம் உயர்வானதுதான்

குஜராத்தில் கிறிஸ்தவ தேவாலாயம் எதுவும் எனது கண்ணில் தென்படவில்லை. 17ஆம் நூற்றாண்டிலே உலகமெங்கும் கையில் விவிலியத்துடன் பயணமான கிறிஸ்தவ பாதிரியார்கள் குஜராத்திற்குள் நுழையவில்லையா? போர்த்துகீசியர்களின் அதிகாரத்திற்குட்பட்டிருந்த டையூ, டாமன் ஆகிய இரு இடங்களும் குஜராத்தில்தான் உள்ளன. கடந்த நானூறு ஆண்டுகளுக்கு முன்னரே முஸ்லிம்கள் ஆட்சி செய்திருந்தாலும் பெரிய எண்ணிக்கையில் மசூதிகளைப் பார்க்க முடியவில்லை.

குஜராத்தில் ஆங்கிலேயர் ஒருபுறம் ஆண்டாலும் நான்கு மகாராஜாகளின் சமஸ்தானங்களும் செல்வாக்குடன் விளங்கியுள்ளன. கட்ச், பரோடா, சூரத், ராஜ்கோட் சமஸ்தானங்கள் பெரிதும் வைதிக நெறி சார்ந்த சடங்குகளுக்கு முக்கியத்துவம் தந்தன. சநாதன தருமத்தைக் கட்டிக் காத்த பிராமணர்களுக்கு ஆதரவாகப் பெரும்பான்மையான மகாராஜாகள் செயல்பட்டனர். குஜராத்தின் பெரும் நிலப்பரப்பு மகாராஜாகள் வசம் இருந்ததனால், ராஜவிசுவாசம் என்ற பெயரில் ஒருவிதமான அடிமைப்புத்தி மக்களிடம் காலூன்றி விட்டது. இன்னொருபுறம் பெரும் வணிகர்களான பட்டேல் சாதியினரின் பழமைவாதப் போக்கு, நிலவும் சமூகச்சூழலுக்கு ஆதரவாக இருக்கிறது

காந்தியின் பிறந்த ஊரான போர்பந்தர் நகருக்குப் போயிருந்தோம். அங்கு பெரிய அளவில் காந்தி பற்றிய நினைவிடங்கள் இல்லை. காந்தி பற்றி தமிழர்களின் பொதுப்புத்தியில் உருவாக்கப்பட்டுள்ள தொன்மம் அங்கு சிதலமாகி விட்டது. தமிழகத்தில் தடுக்கி விழுந்த இடமெல்லாம் காந்தி நகர் அல்லது காந்தி சிலையைப் பார்க்க முடியும். குஜராத்தில் காந்தி சிலையைப் பொது இடத்தில் பார்க்க முடியவில்லை. சோமநாதபுரம் கோவிலுக்கு முன்னால் வல்லபாய் பட்டேல் சிலை கம்பீரமாக நிற்கிறது. அகமதாபாத் நகரிலும் பட்டேல் சிலையைப் பார்த்தேன். காந்தியைக் குஜராத் மாநிலம் கொண்டாடும் என்ற எண்ணம் பொய்த்துப் போய் விட்டது. இன்றைய மதவாத அரசியலுக்குக் காந்தி ஒத்து வர மாட்டார் எனக் கழற்றி விட்டு விட்டார்களா?

மோடியின் ஆட்சிக் காலத்தில் குஜராத் ஒளிர்கிறது என எங்கும் கட்டமைக்கப்பட்ட வாசகத்தின் பொருளினை வழியெங்கும் தேடினேன். இன்று சுத்தம் முக்கியம் என முழங்குகின்ற பிரதமர் மோடி முன்னர் ஆட்சி செய்த குஜராத் மாநிலம் நிச்சயம் சுத்தமாக இல்லை. புஜ் நகரின் புறத்திலுள்ள குடியிருப்புப் பகுதிகளில் குவிந்து கிடக்கும் குப்பைகள், மலக்குவியல், தேங்கியிருக்கும் கழிவுநீர்க் குட்டைகள் போன்றவை பல்லாண்டுகளாக உள்ளன என அங்கு வாழ்ந்த விளிம்புநிலையினர் சொன்னதை எப்படி எடுத்துக் கொள்வது? சிறு நகரங்களில் தேங்கியுள்ள குப்பைகள் ஒளியின் முன்னர் மறைந்து விடாமலிருப்பதன் மர்மம் புலப்படவில்லை

நாடு விடுதலை அடைந்த பிறகு குஜராத்தில் அவ்வப்போது மதக் கலவரங்கள் தொடர்ந்து நடைபெற்றுக் கொண்டிருக்கின்றன. நானூறு ஆண்டுகளாக இந்துகளுக்கும் முஸ்லிம்களுக்கும் இடையே நிலவும் முரண்பாடு சில வேளைகளில் கொலைகள், வன்புணர்ச்சி, கொள்ளை, சூறையாடல் என வெளிப்படுகிறது. அரசியல்ரீதியில் மிகவும் பின்தங்கிய மாநிலமான குஜராத்தில் மதவாத இயக்கங்கள் அதிகாரம் செலுத்துகின்றன. எல்லாவற்றிலும் காசுதான் முதன்மை எனக் கருதும் நகர்ப்புற உயர்சாதிக் குஜராத்தியர்களின் மனநிலையில் மதக்கலவரம் தேவையற்றது. ஆனால் நிலவும் பிரச்சினைகளில் இருந்து மக்களை திசை திருப்பிடவும் மத வெறுப்பினை வெக்கை தணியாமல் காத்திடும் முயற்சியும் நடைபெற்றுக் கொண்டிருக்கிறது. இத்தகைய சூழ்நிலை இந்து மத அடிப்படைவாதிகளுக்குக் கொண்டாட்டமாகிப் போய் விட்டது. மோடியின் இடத்தில் யார் ஆட்சியில் இருந்தாலும் மதக்கலவரம் என்ற பெயரில் ஆயிரக்கணக்கில் முஸ்லிம்கள் கொல்லப்படுவது நடைபெற்றிருக்கும். அதுதான்

இந்து மத அடிப்படைவாதிகளின் அஜெண்டா. இன்று காட்சி ஊடகங்கள் வலுவடைந்திருப்பதனால் உடனுக்குடன் ஒளி பரப்பப்படும் கலவரக் காட்சிகளைக் காண்பவர்களின் குருதி கொதிக்கிறது. மீண்டும் ஒருமுறை இது போன்ற மதக்கலவரம் நடைபெறாது என்பதற்கு எவ்விதமான உத்திரவாதமும் இல்லை. மோடியின் ஆட்சியில் போலீஸ் வேடிக்கை பார்த்தது என்ற வலுவான குற்றச்சாட்டின் பின்புலத்தினையும் ஆராய வேண்டியுள்ளது. இந்தியா பாகிஸ்தான் பிரிவினையின்போது நடைபெற்ற மதக்கலவரம் தொடங்கி, எல்லா வன்முறைகளிலும் கூட்டக்கொலைகள் பேரழிவுகள் எல்லாம் போலீஸாரின் கண் முன்னால்தான் நடைபெற்றுள்ளன. போலீஸார் எல்லாவற்றையும் வேடிக்கை பார்த்துக் கொண்டு வெறுமனே நிற்பது நடைமுறையாக இருந்திருக்கிறது. சென்னை சட்டக் கல்லூரியில் மாணவர்கள் ஒருவரையொருவர் தாக்கிக்கொண்ட போது, போலீசார் தள்ளி நின்று வேடிக்கை பார்த்தது உங்களுக்கு நினைவுக்கு வரலாம். இனியொரு கலவரம் ஏற்பட்டாலும் போலீஸ் வேடிக்கைதான் பார்க்கும். கலவரம் வர விடாமல் முன் கூட்டியே தடுப்பது அரசின் கடமையாக இருக்கும்பொழுது, போலீஸ் சூழலைக் கண்காணிக்கும்.

இன்று தொழில் துறையில் குஜராத்தில் ஏற்பட்டுள்ள பிரமாண்டமான வளர்ச்சிக்குக் காரணம் நிச்சயம் மோடியோ அவரது கூட்டாளிகளோ இல்லை. பல்லாண்டுகளாகத் தொழில்துறையில் ஆதிக்கம் செலுத்தி வரும் சில குறிப்பிட்ட சாதியினர்தான். பில்லியன் கணக்கில் மூலதனம் போட்டுள்ளவர்கள் தங்களுடைய தொழில்மூலம் அடையும் லாபம் பல்கிப் பெருக வேண்டுமென்றால், அதற்கேற்ற அரசியலைத் தீர்மானிக்கின்ற நிலையையும் அடைந்துள்ளனர். இதனால் கார்ப்பரேட்டுகளின் பொருளியல் வாழ்க்கை ஒப்பீடு எதுவுமற்ற வகையில் அதியற்புதமாக ஒளிர்கிறது என்பதில் ஐயம் எதுவுமில்லை. இன்னொருபுறம் சாதி, மதம் எனப் பிளவுண்டுள்ள விளிம்பு நிலையினரின் பொருளாதார நிலை மோசமாக உள்ளது. அரசியல், கல்வி, சமூக விழிப்புணர்வற்ற நிலையில் கிராமப்புறங்களில் வாழ்கின்ற லட்சக்கணக்கான குஜராத்தியர்களின் வளமற்ற வாழ்க்கையைப் பார்க்கும்போது குஜராத் ஒளிர்கிறது என்ற வாசகம் பொருளற்றது.

(உயிர் எழுத்து, டிசம்பர்–2014)

போதையின் நிழலில் தடுமாறும் தமிழகம்

கடந்த காலம் என்ற நினைவுகளின் வழியே எல்லோருக்குமான உலகம் விரிகின்றது. எல்லாம் துல்லியமாக இருப்பதான நம்பிக்கை, மனித இருப்பின் ஆதாரமாகும். நினைவோ பறவை போல சிறகசைத்து வெளியெங்கும் படர்ந்து கொண்டிருக்கிறது. உறுதியான மனத்துடன் திட்டமிட்டுச் செயலாற்றுதலும். அடைகின்ற வெற்றியும்கூட மனம் மகிழ்ச்சி அடைவதற்குப் போதுமானதாக இல்லை. மீண்டும்மீண்டும் நம்பிக்கைப் பத்திரத்தைப் புதுப்பிப்பதைத்தவிர வேறு வழியில்லை. எப்பொழுதும் விழிப்போடிருக்கும் மனநிலை, காலப்போக்கில் மனச்சோர்வினை ஏற்படுத்துகின்றது. சமூக வாழ்க்கையின் அன்றாட நிகழ்வுகளினால் சலிப்புற்ற மனம், வேறு வகையான பரவசத்தைத் தேடுகிறது. நினைவுகளின் ஆதிக்கத்தை அப்புறப்படுத்திவிட்டு, மங்கலான உணர்வுடன் தளர்ச்சியான உடலுடன் குதூகலிக்க முடியுமா என்ற தேடலின் விளைவுதான் மதுவும் போதையும்.

தமிழகத்தைப் பொறுத்தவரையில் சங்காலத்திலே மதுவின் பயன்பாடு தொடங்கி விட்டது. சங்ககால மகளிர், கள் குடித்துவிட்டுக் கண்கள் சிவந்து சொக்கிக் கிடந்துள்ளனர். மதுவினைப் பஞ்சமாபாதகங்களில் ஒன்றாகக் கருதி அறநூல்கள் பழித்துரைத்தாலும், மதுவும் போதையும் காலங்காலமாக வழக்கினில் உள்ளன. ஓரிரு கோப்பைகள் மதுவைக் காலி செய்தவுடன் உடலிலும், மனதிலும் ஏற்படும் மாற்றங்கள்தான் தொடர்ந்து மதுவைப் பாவிப்பதற்கு அடிப்படையாக விளங்குகின்றன. மனித உடலில் மது ஏற்படுத்தும் விளைவுகளை வெறுமனே 'மாயம்' சார்ந்த பிரேமை எனக் கருத முடியுமா? யோசிக்க வேண்டியுள்ளது.

பெரும் எண்ணிக்கையில் ஆணகள் மதுக்கூடங்களை நாடுவதற்குக் காரணங்கள் என்ன? ஒப்பீட்டளவில் ஆணுக்குத் தனது உடல் சுமையாகத் தோன்றுகிறது. உடலை முன்வைத்து ஆண்கள் கட்டமைத்துள்ள வன்முறைக்கும் அதிகாரத்திற்கும் அளவேது? எனினும் தொடர்ந்து மன இறுக்கத்திற்குள் சிக்கிக்கொள்ளும் ஆண், ஒருநிலையில் உடலை மறப்பதன் மூலம் குதூகலமடைகிறான். மனதை விட்டு வெளியேறவதற்கு மது பெரிதும் உதவுகிறது. பார்ப்பதற்கு ஒன்றுமில்லை என்றால் விளக்கை அணைப்பது போல், யோசிப்பதற்கு எதுவுமற்ற நிலையில் மதுவிடம் உடலை ஒப்படைப்பது நிகழ்கிறது. மங்கலான நினைவுகளுடன் காற்றில் மிதந்து தன்னை மறத்தல் குறித்து ஆர்வமுள்ள மனிதர்களுக்கு 'மது' அருமருந்தாகிறது. தனிமனிதரீதியில் மது அருந்துதல் என ஒதுக்கவியலாதவாறு, சமூகத்துடன் ஒத்திசைய இயலாமல் ஏற்படும் பிரச்சினைகள்தான் முக்கியமானவை.

'மது' குடித்தல் உடல் நலத்திற்குக் கேடானது என்ற அரசின் பிரச்சாரம் ஒருபுறம் நடைபெறுகிறது. 5000க்கும் கூடுதலான மதுபானக் கடைகளை அரசே தமிழகமெங்கும் நடத்துவது எந்தச் சமூக அறத்தின் அடிப்படையில் என்பது புலப்படவில்லை. குடி என்பது நோய்வாய்ப்பட்ட நிலை என்று அறியாமல், போதைக்குள் மூழ்கிக் கொண்டிருக்கும் தமிழர்களிடம், 'குடிக்காதே' என அறிவுரைகூடச் சொல்ல இயலாது. எந்த அளவு? எந்த வகையான சரக்கு? எனப் போதிப்பதைக் கேட்கக்கூட யாருக்கும் காதுகள் இல்லை.

தனிமனிதனின் குடியும் போதையும் பற்றிச் சொல்ல சொற்கள் எதுவும் இல்லை. அவரவர் விருப்பம். சமூக மனிதனாகத் தன்னைச் சுற்றி என்ன நடக்கிறது என்ற சுய விழிப்புணர்வு அற்ற நிலையில், தன்னையே கரைத்துக் கொள்ளுதல்தான் பிரச்சினை. ஒவ்வொரு நாளும் கோடிக்கணக்கான மது பாட்டில்களை விற்றுக் காசாக்கும் திறமை படைத்த அரசாங்கம், மக்கள் வாழ்க்கைக்கு ஆதாரமாக விளங்கும் கல்வியையும் மருத்துவத்தையும் கை கழுவி விட்டது பற்றி யோசிக்க விடாமல் அழுத்தும் போதை குறித்துச் சிந்திக்க வேண்டிய நேரமிது. தொடக்கக்கல்வி முதல் நிகர்நிலைப் பல்கலைக்கழகம் வரை அடாவடி அரசியல்வாதிகளுக்கும், முன்னாள் சாராய அதிபர்களுக்கும், ரவுடிகளுக்கும் பிரித்துக் கொடுத்தாகி விட்டது. தமிழக மாணவர்களின் வளமான எதிர்காலம் கல்வி மாஃபியாக்களின் கையில் சிக்கியுள்ளது. பி.இ., படிக்க ரூ.10 லட்சம், எம்.பி.,பி.எஸ்., படிக்க ரூ. 60 லட்சம், எம்.டி., படிக்க ரூ.150 லட்சம் என எல்லாம் கடைச்சரக்குகளாகி

விட்டன. எல்.கே.ஜி. யில் குட்டிப் பிள்ளையைச் சேர்க்க ஒரு லட்சம் பணம் வசூலிக்கும் கூட்டம் வேறு பெருகிவிட்டது. நாமக்கல் பகுதியில் பிராய்லர் கல்விக்கூடங்கள் நடத்தும் கல்விக் கொள்ளையர்களின் சுருட்டலுக்கு அளவேது? யாருக்கும் எதுவும் யோசிக்க நேரமில்லை. நகையை அடகுவைத்து, வீட்டை அடமானம் வைத்து எப்படியாவது குறிப்பிட்ட கல்லூரியில் பிள்ளையைக் படிக்க வைப்பது என்ற லட்சிய போதை தலைக்கேறிய பெற்றோர் உருவாக்கப்பட்டு விட்டனர். வளமான சமூகத்துக்கு ஆதாரமான இனம் தலைமுறையினருக்குக் கல்வியை அளிக்க வேண்டிய அரசு, மதுபானக் கடைகளை உறசாகத்துடன் நடத்திக் கொண்டிருக்கிறது.

நாற்பதாண்டுகளுக்கு முன்னர் தமிழக அமைச்சர்கள்கூட அரசு மருத்துவமனையில் சிகிச்சை பெற்றனர் எனச் சொன்னால், இன்று யாரும் நம்பமாட்டார்கள். பெரிய மருத்துவமனை,திறமையான மருத்துவர்கள், தேர்ந்த சிகிச்சை வழங்கப்பட்ட சூழல் கைவிடப்பட்டதற்கு யார் காரணம்? விளிம்புநிலையினர் மட்டும் நுழையும் இடமாக அரசு மருத்துவமனைகள் சுருங்கிவிட்டன. சிறிய நகரங்களிலும் குளிரூட்டப்பட்ட மல்டி ஸ்பெஷாலிட்டி மருத்துவமனை கட்டடங்கள் விரைத்து நிற்கின்றன. உடல் நலம் மிக்க குடிமகன்களை உருவாக்கும் பொறுப்பைக் கைவிட்டு, அரசாங்கம் ஒதுங்கிக் கொண்டதன் விளைவுதான் புற்றீசல்களாக உருவாகியுள்ள தனியார் மருத்துவமனைகள்.தனியார் நிர்வாகிக்கும் கல்வி நிலையங்கள், மருத்துவமனைகளில்தான் மேன்மையான சேவையை வழங்க முடியும் என்ற நம்பிக்கையும் ஒருவகையில் குடி தரும் மயக்கத்தைப் போலவே, எவ்விதமான பரிசீலனையுமற்று பொதுப்புத்தி சார்ந்து செயல்படுவதும் நிகழ்கிறது.

இன்று இஞ்சி கிலோ ரூ.260, சிறிய வெங்காயம் ரூ.80, பட்டர் பீன்ஸ் கிலோ ரூ.160 என நாளும் காய்கறி விலைகள் ஏறிக் கொண்டிருக்கின்றன. என்ன ஆயிற்று விவசாய உற்பத்தி? சீசனில் ரூ.5க்கு விறகப்படும் தக்காளி, திடீரென ரூ.80க்கு விற்கப்படுவதற்குக் காரணம் என்ன? காய்கறியைப் பயிரிட்டுவிட்டு, கடைசியில் அடிமட்ட விலைக்கு விற்றுவிட்டுத் தலையில் துண்டைப் போட்டுக்கொண்டு கவலைப்படும் விவசாயியின் நலன் குறித்து எந்த அரசாங்கமாவது யோசித்தது உண்டா? இப்படியே போனால் எதிர்காலத்தில் காய்கறிகள் கூட வேறு நாடுகளிலிருந்து இறக்குமதி செய்ய வேண்டிய அவலநிலை ஏற்படும்.

பசுமைப்புரட்சி அறிமுகப்படுத்திய வீர்ய விதைகள், வேதியியல் உரம் பூச்சிக் கொல்லிகள் பயன்பாட்டினுக்குப்

பிறகு மலடாகிப்போன நிலத்துடன் மல்லு கட்டிக் கொண்டு, இன்றும் விவசாயம் செய்ய முயலும் விவசாயிகளின் பணிக்கு இணை எதுவுமில்லை. இன்று வேளாண்மைத்துறை மீண்டும் இயற்கை உரம் பற்றிச் சிபாரிசு செய்வது கேவலம் இல்லையா? தாசில்தார், பேராசிரியர், மேலாளர் போன்றோர் உயிர் வாழ உணவை உற்பத்தி செய்யும் விவசாயியின் சமூக மதிப்பீடு மிகக் குறைவாக உள்ளது. இன்னும் எத்தனை காலம்தான் சேற்றில் உழல்வது? பொருளியல் விடிவு கிடையாதா என்ற எண்ணம் அயனான நஞ்சை நிலத்தைக்கூட கைவிடுவதாக முடிந்துள்ளது. மக்கள் உயிர் வாழ உணவளிக்கும் நிலங்கள் அளந்து பிரிக்கப்பட்டு வீட்டுமனைகளாக உருமாறிக் கொண்டிருக்கின்றன.

தமிழகக் கிராமப்புறங்களில் தீவிரமாக நடைமுறைப்படுத்தப்படும் நூறு நாள் வேலைத்திட்டம், விவசாயத்தைச் சிதலமாக்கிவிட்டது. உடல் நோகாமல் ஓரிரு மணிநேரம் புல்லைச் செதுக்க ரூ.100 கூலி என்பது உடலுழைப்பாளர்களைச் சோம்பேறிகளாக்கி விட்டது. வயலில் இயந்ததிரங்கள்தான் வேலை செய்கின்றன. விவசாயம் செய்வது கட்டுப்படியாகாத நிலையில், சிறிய விவசாயிகள் நிலங்களை விற்கும் நிலை ஏற்பட்டுள்ளது. நிலத்தை விட்டு வெளியேறி வேறு ஏதாவது தொழில் செய்ய முயலுவோர், எண்ணிக்கை பெருகிக் கொண்டிருக்கிறது. இப்படியே போனால் இன்னும் இருபது ஆண்டுகளில் பன்னாட்டுக் கம்பெனிகளின் பிடியில் தமிழகத்து நஞ்சை நிலங்கள் சிக்கிவிடும். பாரம்பரியமாக நிலத்துடன் வாழ்ந்த மக்களின் வாழ்க்கை, சிதலமாகிக் கொண்டிருக்கிறது. நூறு நாள் வேலைத்திட்டம், இன்னொருபுறம் வேலை எதுவும் செய்யாமல், ஊதியம் பெறும் நிலையை ஏற்படுத்தியதன் மூலம், கிராமத்தினரை உழைப்பிலிருந்து அந்நியப்படுத்தும் நிலை ஏற்பட்டு விட்டது. (நூறு நாள் வேலைத் திட்டம் கிராமப்புறத்தில் பலருக்கு உணவு அளிக்கிறது).

நிலத்தில் விளைவிக்க வேண்டிய தானியங்களும் காய்கறிகளும் உற்பத்தியாவது குறைந்த நிலையில், அதற்கான காரணத்தைக் கண்டறிய வேண்டிய கடமை அரசுக்கு உள்ளது. காய்கறி உற்பத்தி என்பது அதை நம்பி வாழும் லட்சக்கணக்கான விவசாயிகளின் வயிற்றுப்பாட்டுடன் தொடர்புடையது. ஏன் இப்படி விலையேற்றம் என்ற புரிதல் எதுவுமற்ற அரசு, அதைத்தீர்ப்பதற்கான வழிமுறைகளைக் கண்டறியாமல, மலிவு விலையில் அரசு காய்கறிக்கடைகள் திறப்பது தீர்வு அல்ல. மக்களின் வரிப்பணத்தில மான்யமாகத் தந்து திறக்கப்படும் காய்கறிக் கடையினால் பிரச்சினை தீராது.

‘உழுதுண்டு வாழ்பவரின் பின் சென்று தொழுதுண்டு வாழும் உலகம்’ எனக் கண்டறிந்த வள்ளுவரின் வாக்கு, இன்று பொய்த்துவிட்டது. உழவுத் தொழிலை இளைஞர்கள் விரும்பாத நிலை ஏற்பட்டுள்ளது. விவசாயம் செய்வதைவிட வளைகுடா நாடுகளில் கடும் வெயிலில் ஒட்டகத்தை மேய்த்தல், கப்பலைச் சுத்தப்படுத்தும் வேலை போன்றவற்றுக்கு லட்சக்கணக்கில் பணம் கட்டி ‘விசா’ பெறத் தமிழக இளைஞர்கள் துடித்துக் கொண்டிருக்கின்றனர். இளம் மனைவியைக் கிராமத்தில் விட்டுவிட்டு, விமானம் ஏறும் இளைஞன் திரும்பி வர மூன்று வருடங்கள்கூட ஆகும். அதுவரை அந்தப் பெண் வீட்டில் கணவருக்காகக் காத்திருக்க வேண்டும். புதுக்கோட்டை, ராமநாதபுரம், தர்மபுரி போன்ற வறண்ட மாவட்டங்களில் வேளாண்மை நடைபெறுவதற்கு அரசு காத்திரமான உதவிகள் எதுவும் செய்யவில்லை. 19 ஆம் நூற்றாண்டில் அயல்நாட்டிற்குப் போய்த் ‘துன்பக்கேணி’ க்குள் சிக்கிக் கொண்ட தமிழரின் துயரம் இன்றும் தொடர்கிறது.

இன்று தமிழகத்தில் கட்டிட வேலை, சாலைப்பணி, உணவக வேலை எனப் பல்வேறு வேலைகள் செய்வதற்கு வட இந்திய மாநிலங்களிலிருந்து நாளும் ஆயிரக்கணக்கான தொழிலாளர்கள் வந்து கொண்டிருக்கின்றனர். தமிழகத்தில் உடலுழைப்பாளர்களுக்குப் பற்றாக்குறை ஏற்பட்டுவிட்டதா என்ன, அல்லது தமிழர்கள் பொருளாதாரரீதியில் வளமான வாழ்க்கை அடைந்துவிட்டனரா என்ன? இங்கு என்ன நடைபெறுகிறது ? ஏன் இந்த பிற மாநிலத் தொழிலாளார்களின் வருகை என்பதை யோசிக்க வேண்டியுள்ளது. உழைக்கவே விரும்பாத தமிழர்களின் எண்ணிக்கை பெருகிக் கொண்டிருக்கிறது என்ற முடிவுக்குத்தான் வரவேண்டியுள்ளது. இத்தகைய சூழல் உருவானதற்குக் காரணம் அரசுதான் என்பது அதிர்ச்சியான உண்மை.

மாதந்தோறும் 20 கிலோ இலவச அரிசி, இலவச வேட்டி சேலை, இலவச மிக்சி, இலவச தொலைக்காட்சிப் பெட்டி, இலவச கிரைண்டர், இலவச மின்விசிறி, வருடத்திற்கு ரூ.10,000 தரும் நூறு நாள் வேலைத்திட்டம் என இலவசப் போதையில் தமிழர்கள் மூழ்கடிக்கப்பட்டுள்ளனர். ரேஷன் கார்டு வைத்திருக்கும் வசதியானவருக்கும் இலவச உதவிகள் வழங்கப்படுவதால், வீணடிக்கப்படும் அரசின் பணத்துக்கு அளவில்லை. பதின் பருவத்தில் இருக்கும் மாணவ மாணவியருக்கு வழங்கப்படும் இலவச மடிக்கணினி, ஒருவகையில் கல்வி கற்றலுக்கு முரணாக உள்ளது. ஏற்கனவே பாடங்களைப் படிக்கப் போதுமான நேரமில்லாமல் திணறிக் கொண்டிருக்கும் மாணவர்களின்

கவனம் மடிக்கணினிமூலம் இணையதளத்தை நோக்கித் திசை திருப்பப்பட்டுள்ளது. சிறிய சொடுக்கின்மூலம் தேவையற்ற விஷயங்களைக் காண்பதற்கு வாய்ப்புள்ள மடிக்கணினியினால், இளைஞர்களின் மனநலம் சீரழிய வாய்ப்புண்டு. கட்டிட வேலை செய்யும் கொத்தனாருக்குத் தினமும் ரூ.600 சம்பளம் என்பது நல்ல வருமானம்தான். ஒரு கிலோ மீட்டர் தொலைவு பயணிக்கக் குறைந்தபட்சம் ரூ.40 வசூலிக்கும் ஆட்டோக்காரர்களும் கணிசமாகக் கிடைக்கும் வருமானத்தைத் தினமும் 'டாஸ்மாக்' கடைகளில் கொடுத்திட, போதையை ஏற்றிக் கொள்ளும் தமிழர்களின் எண்ணிக்கை நாளும் பெருகிக் கொண்டிருக்கிறது. மதுபானங்களின் விலை உயர்வு ஒருபுறம், முப்பதுகாசு பெறுமானமுள்ள 300 மி.லி. தண்ணீர் பாக்கெட்டை ஐந்து ரூபாய்க்கு விற்கும் பார்களில் போதையின் பேரிலான கொள்ளை இன்னொருபுறம் நடைபெறுகிறது. போதைக்குள் மூழ்கி அடிமையான பெரும்பான்மைத் தமிழர்கள் தங்கள் அடையாளத்தை இழந்ததுடன், சுயமாகச் சிந்திக்கும் ஆற்றலையும் இழந்துவிட்டனர். இரண்டு பெக்குகளை உள்ளே தள்ளிவிட்டுப் போலியான வீரத்துடன் வாய் கழுவாமல் அடித்துச் சலம்புகின்ற நிலை ஏற்பட்டுள்ளது. இரவானதும் சரக்கேற்றிப் போதைக்குள் மூழ்கிடத் தொடங்கும் ஆண்களின் மனநிலை, தன்னைச் சுற்றி என்ன நடக்கிறது என்பது குறித்து அக்கறையற்று மிதக்கிறது.

பாட்டில் தண்ணீர் குடிப்பதுதான் உடல்நலத்திற்கு ஏற்றது என்ற பிரச்சாரம் குக்கிராமங்களில்கூட நுழைந்துவிட்டது. பானையிலிருந்து செம்பில் தண்ணீரை முகர்ந்து குடிப்பது, பழங்கதையாகிக் கொண்டிருக்கிறது. இத்தகைய சூழல் தண்ணீர்க் கொள்ளையர்களுக்குக் கொண்டாட்டமாகி விட்டது. எரிபொருளுக்கு அடுத்துக் குடிநீர் வணிகம் ஆயிரம் கோடிக்கணக்கில் நடைபெறுகிறது. இயற்கை, மனிதனுக்கு வழங்கிய கொடையான தண்ணீரைப் பாட்டிலில் அடைத்துக் கொள்ளையடிப்பதில் டாடா உள்பட பன்னாட்டுக் கம்பெனிகள் போட்டி போடுகின்றன. இப்படியே போனால் எதிர்காலத்தில் ஆற்றிலிருந்து வயலுக்குப் பாய்ச்சும் தண்ணீருக்கும் விவசாயி பணம் கட்ட நேரிடும். எல்லா நகரங்களிலும் குறுக்குநெடுக்கிலும் விரைந்து கொண்டிருக்கும் பல்லாயிரக்கணக்கான தனியார் தண்ணீர் லாரி டேங்கர்கள், சூழலின் நசிவிற்குப் பெரும் சாட்சி. நீர்வளம் பற்றியும் நீரை எப்படிப் பயன்படுத்துவது பற்றியும் கடந்த ஆயிரமாண்டுகளுக்கும் மேலாக நன்கு அறிந்திருந்த தமிழரின் நீர் மேலாண்மை முழுக்கக் கைவிடப்பட்டு விட்டது. எதிர்காலத்தில் வீட்டிற்குத் தினமும் 25 லிட்டர் குடிநீர் வழங்குவோம் என

ஏதாவது ஒரு கட்சி தனது தேர்தல் அறிக்கையில் வாக்குறுதி வழங்க வாய்ப்புண்டு.

அரசு நலத்திட்டங்கள் என்ற பெயரில் வழங்கப்படும் இலவசங்கள், தமிழகக் கிராமங்களில் குடும்ப உறவுகளில் விரிசலை ஏற்படுத்தி உள்ளன. பெண் குடும்பத்தைக் கவனித்துக் கொள்வாள் என ஆண்கள் ஒதுங்கிப் போகும் நிலை ஏற்பட்டுள்ளது. ஆணின் வருவாய் மூலமும் குடும்பத்தை நடத்த வேண்டும் என்ற பொறுப்புத் தட்டிக் கழிக்கப்பட்டுள்ளது.

அம்மா உணவகம் ஏழை எளியவர்களின் வயிற்றுப் பசியைப் போக்குகிறது என்பது உண்மைதான். ஆனால் ரூ.2க்கு விற்கப்படும் இட்லியை வாங்க, உணவகத்தின் முன்னர் நீண்ட வரிசையில் பலர் காத்திருப்பது தமிழரின் வளமற்ற வாழ்க்கைக்கு எடுத்துக்காட்டாக உள்ளது. இரு கைகளுடன் பிறந்த மனிதனால் ஏன் தனது வயிற்றுக்குச் சோறிட முடியாத அவல நிலை என்பது யோசிக்கப்பட வேண்டியதாகும்.

மதுபானக் கடைகள் தமிழகத்தில் தினமும் காலை பத்து மணிக்குத் திறக்கப்படுகின்றன. ஆனால் அக்கடைகளைச் சார்ந்துள்ள பெரும்பாலான பார்கள், காலை ஆறு மணிக்கே திறக்கப்படுகின்றன. பொழுது விடிந்தவுடன் பாரில் 'கட்டிங்' எனத் தொடங்கும் 90 மி.லி. சரக்கு, இரவு வரை அடுத்தடுத்துத் தொடர்கிறது. எதைப் பற்றியும் கவலைப்படாமல் தெருவோரத்தில் விழுந்து கிடக்கும் குடி நோய்க்குட்பட்டவர்களின் எண்ணிக்கை பெருகுவது கவலை அளிக்கிறது. அளவுக்கு மீறிக் குடித்துத் தடுமாறுகிறவர்களுக்குச் சரியான முறையில் குடிப்பது பற்றிப் பயிற்சி அளிக்க வேண்டியுள்ளது. இன்று தமிழர்களைப் பீடித்துள்ள குடி நோயிலிருந்து விடுவிக்க இயலுமா என்பது தெரியவில்லை.

இலவசங்கள் மூலம் எப்படியோ குடும்பம் நடைபெறுகிறது. அடுத்த 'கட்டிங்' மதுவிற்காக எதை வேண்டுமானாலும் செய்யத் துணியும் மனம், நாளடைவில் கிரிமினலாக உருமாறுகிறது. தனிமனித சாகசமான போதை தரும் பரவசம் என்ற நிலை மாறி, சமூக விரோதச் செயல்களுக்குத் துணைபோகும் நிலை ஏற்பட்டுள்ளது. போதைக்குள்ளான கூலிப்படையினர் யாரை வேண்டுமானாலும் போட்டுத் தள்ளி விடும் மனநிலைக்குள்ளாவது, மதுபானம் தரும் தெம்புதான். 'தினத்தந்தி' நாளிதழில் ஒரு வாரச் சமூகச் செய்திகளைத் தொகுத்து ஆராய்ந்தால், மது தமிழரின் வாழ்வில் வகிக்கும் இடம் புலப்படும். தினமும் குடித்துவிட்டு, வீட்டுச் செலவுக்குக் காசு தராமல் அடித்து உதைக்கும் கணவனைக் கொல்லுமளவு துணியும் பெண்களின் எண்ணிக்கை பெருகியுள்ளது.

தந்தையும் இறந்து, தாயும் சிறைக்குப் போய் விட்டால், ஆதரவற்ற குழந்தைகளின் எதிர்காலம் சிக்கலாகிவிடும்.

அளவுக்கதிகமான மதுவின் பயன்பாடு, உடலின் நுண்ணுணர்வைச் சிதைக்கிறது; மனச்சோர்வை ஏற்படுத்துகிறது. குடி நோய்க்குள்ளானவரின் சலிப்புற்ற மனநிலை பாலியல் வேட்கையிலும் வெளிப்பட வாய்ப்புண்டு. இதனால் காலப்போக்கில் உடலுறவில் நாட்டம் குறையும்; குடும்ப வாழ்க்கையில் விரிசல் ஏற்படும். ஊருக்கு ஒதுக்குப்புறத்தில், இரவு வேளையில் சில நண்பர்கள் சேர்ந்து மது அருந்தும்போது ஏற்படும் கைகலப்பு, இறுதியில் ஒருவர் கொல்லப்படுவதில் போய் முடிகிற செய்தியையும் அடிக்கடி நாளிதழ்களில் வாசிக்க நேரிடுகிறது. போதையின் மயக்கம் தரும் உற்சாக மனநிலையில் எப்படி வேண்டுமானாலும் பேசலாம். எப்படி வேண்டுமானாலும் செயல்படலாம் என்று மனம் புனைந்திடும் புனைவின் வழியே செயல்படும் இளைஞனின் எதிர்காலம் சூன்யம்தான்.

இன்னொருபுறம் உலகமயமாக்கலின் விளைவாக ஷாப்பிங் மால் பண்பாடு துரிதமாகப் பரவிக் கொண்டிருக்கிறது. 'பொருளை வாங்கு, பயன்படுத்து, ரசனையை மாற்று, தூக்கியெறி' என்பது நுகர்வோரின் மூளைக்குள் நாசூக்காகத் திணிக்கப்படுகிறது. எதைத் தின்றால் பித்தம் தீரும் என்பது போல, எதையாவது செய்து வாழத் துடிக்கும் இளைஞர்களுக்கு வழிகாட்டுவதற்கு அரசிடம் காத்திரமான திட்டங்கள் எதுவுமில்லை. நம்பிக்கை வறட்சி, நாடோடித்தனம், பதற்றம், சலிப்பு போன்றன பற்றிப் படரும் சூழலில் இளைஞர்களின் எதிர்காலம் பற்றிய கனவுகள் நம்பிக்கை அளிப்பதாக இல்லை.

இன்றைய தமிழகச் சூழலை நோக்கினால், வேலை எதுவும் செய்யாமல், சொகுசாக வாழ்வது எப்படி என்ற மனப்போக்கு, பரவிக் கொண்டிருப்பதைக் கண்டறிய முடியும். எந்தவொரு சமூகம் உடலுழைப்பின்மீது அக்கறையற்று அதைக் கேவலமாகக் கருதுகிறதோ, அது காலப்போக்கில் வீழ்ச்சியடைவது உறுதி. மொழி, கல்வி, குடும்பம், அரசியல், பண்பாடு குறித்து எவ்விதமான அபிப்ராயங்களும் இல்லாத, தட்டையான மனநிலை உடையவர்கள் பெருகிக் கொண்டிருக்கின்றனர். இத்தகைய சூழலுக்கு ஆதரவான மனிதர்களைக் குடியும் போதையும் நுட்பமாக உருவாக்குகின்றன. வெறுமனே தனிமனித நுகர்வு என்ற நிலையில் மது பற்றிச் சொல்ல எதுவுமில்லை. மதுவிற்குப் பின்னர் பொதிந்துள்ள நுண்ணரசியலைக் கட்டுடைத்துக் காண வேண்டிய அவசியம் ஏற்பட்டுள்ளது. அதுதான் இன்றைய உடனடித் தேவை.

(உயிர்மை, ஜூலை-2013)

ஜல்லிக்கட்டு அரசியல் : வீரமா? விளையாட்டா?

ஜல்லிக்கட்டில் பாய விடுவதற்காகக் கன்றுக்குட்டியிலிருந்து வெளியாட்கள் பார்வையிலிருந்து தனித்து வளர்க்கப்பட்ட, யாருக்கும் அடங்காத காளை, உசுப்பேற்றி விடப்பட்டு வாடியிலிருந்து விரட்டப்படுகிறது. சுற்றுப் பட்டிகளிலிருந்து திரண்டு வந்துள்ள ஆண்களின் கூட்டம் ஆரவாரமிடுகிறது. பெரிய திமிலும் திமிருகின்ற உடலுமெனக் களத்தில் இறங்கும் காளையின் கூர்மையான கொம்புகள் உக்கிரத்துடன் காற்றில் அலைகின்றன. அந்தக் காளையை அடக்கிப் பிடிப்பது வீரம் என நம்பிக் காளையை நெருங்குகிறவரின் வாழ்க்கைக்கு உத்திரவாதம் எதுவுமில்லை. இருத்தலா? இறத்தலா? கேள்விகளுக்கு அப்பால் மனித இருப்புக் கேள்விக்குள்ளாகிறது.

கடந்த பல நூற்றாண்டுகளாகத் தமிழகத்தில் நடைபெற்று வந்த மஞ்சு விரட்டு எனப்படும் ஜல்லிக்கட்டினுக்கு உச்ச நீதிமன்றம் விதித்துள்ள தடையினால் தென் மாவட்டங்களில் கிராமப்புறத்தினரிடையே சலசலப்பு ஏற்பட்டுள்ளது. தமிழரின் தொன்மையான அடையாளமாக விளங்கும் ஜல்லிக்கட்டினைத் தடை செய்தது குறித்துத் தமிழ் ஆர்வலர்கள் எதிர்ப்பைத் தெரிவித்துள்ளனர். தமிழக அரசு தடையை எதிர்த்து அப்பீல் செய்ய முடிவெடுத்துள்ளது. தொன்மையானது, பாரம்பரியமாக நடைபெற்று வந்தது என்ற நிலையில்,ஜல்லிக்கட்டினைத் தடை செய்வது நியாயமற்றது எனச் சிலர் கருதுகின்றனர். விளையாட்டு என்ற பெயரில் கூட்டத்தில் முரட்டுக் காளையை அவிழ்த்து விடுவதும் அதை இளைஞர்கள்

தாவி அடக்குவதுமான நிகழ்வின் பின்னர் காத்திரமான அரசியல் பொதிந்துள்ளது.

சங்க இலக்கியத்தில் ஏறு தழுவுதல் எனக் காளையை அடக்குதல் பற்றிய தகவல் இடம் பெற்றுள்ளது. முல்லை நில மக்களின் வாழ்க்கையுடன் தொடர்புடைய ஜல்லிக்கட்டு என்பதற்காக அது இன்றளவும் தொடர வேண்டுமெனப் பேராசிரியர் தொ.பரமசிவம் போன்றோர் சொல்வது சரிதானா? யோசிக்க வேண்டியுள்ளது. தமிழர் என்ற அடையாளம் மொழியினால் ஏற்படுத்தப்படுகிறது. அப்புறம் பண்பாடு சார்ந்து உருவாக்கப்படும் தமிழ்ப் பண்பாடு என்பது முழுக்க நுண்ணரசியல் வயப்பட்டது. தொன்மை என இன்று உருவாக்கப்படும் கற்பிதங்களுக்குப் பின்னர் குறிப்பிட்ட குழுவினரின் நலன் உள்ளது. தமிழர் என்ற சொல் பயன்பாடு கூட அரசியல் சார்ந்தது. 18-ஆம் நூற்றாண்டில் தமிழர் என்ற வரையறையில் தலித்துகள் இடம் பெறவில்லை. தமிழரின் வீர விளையாட்டு ஜல்லிக்கட்டு என உருவாக்கப்படும் பேச்சின் இன்னொருபுறம் முக்கியமானது.

எழுபதுகளில் தென் மாவட்டங்களில் பல ஊர்களில் ஜல்லிக்கட்டு சாதரணமாக நடத்தப்பெற்றன. பெரிய அளவில் ஜல்லிக்கட்டு பிரபலமடையவில்லை. அலங்காநல்லூர் ஜல்லிக்கட்டு பிரபலமடைந்ததற்குக் காரணம் ஊடகங்களும் தமிழக அரசின் சுற்றுலா வளர்ச்சி துறையும்தான். பொதுவாகப் பொங்கலையொட்டி நடைபெறும் ஜல்லிக்கட்டினைப் பார்க்க இளைஞர்கள் உற்சாகத்துடன் கிளம்புவார்கள். பெரிதும் விவசாயம் சார்ந்த வாழ்க்கையில் ஜல்லிக்கட்டு முக்கிய இடம் பெற்றது. வேடிக்கை பார்க்கவும் பொழுதுபோக்கினுக்காகவும் கும்பலாகக் கிளம்புவதில் மகிழ்ச்சி பொங்கும். அன்றைய காலகட்டத்திலே ஜல்லிப்பையலுக தான் ஜல்லிக்கட்டு பார்க்க போவானுக என எங்கள் ஊரான சமயநல்லூரில் பெரியவர்கள் சொல்வதைக் கேட்டிருக்கிறேன். பெரும்பாலான பெண்களும் ஜல்லிக்கட்டுக்குப் போகக் கூடாது எனத் தங்கள் பிள்ளைகளைத் தடுப்பார்கள்.

அற்பமானது என்ற பொருளில் பயன்படுத்தப்படும் ஜல்லித்தனம் என்பது ஒருவகையில் ஜல்லிக்கட்டுடன் தொடர்புடையது. ஆனால் ஊர் மந்தையில் கும்பலாக உட்கார்ந்து ஜல்லிக்கட்டின் அருமைபெருமைகளைப் பேசிக் கொண்டிருப்பார்கள். சீறிப் பாயும் காளை முதலில் உரிமையாளரையும் பின்னர் அந்த ஊர்ப் பெயரையும் தாங்கி நிற்கும். போன மூன்றாம் வருஷம் அவனியாபுரம் மஞ்சிவிரட்டில் கொண்டையம்பட்டி சொக்கலால்

ராமசாமி காளை நின்னு விளையாண்டுச்சு பாரு. ஒரு பயலைக் கிட்ட அண்ட விடலையே எனப் பெருமை பேசிக் கொண்டிருப்பார்கள். அதை விடு, வயலூர் மாரி மச்சானோட மயிலைக் காளை பாலமேடு ஜல்லிக்கட்டில் என்ன போக்கு போச்சு பாரு. கொம்பை இப்படின்னு அசைச்சு பாரு. அந்த வருஷம் மட்டும் நாலு பேரைக் குத்தித் தூக்கிடுச்சில்லே? மாட்டின் நிறம், சுழி, கொம்பின் அமைப்பு, பாய்ச்சல் என மீண்டும்மீண்டும் பேசுவது ஒருவகையில் பொழுதுபோக்கு. ஜல்லிக்கட்டில் கலந்து மாட்டினை அடக்குகிறவர்கள் ஒப்பீட்டளவில் கொஞ்ச பேர்தான் இருப்பார்கள், ஆனால் ஜல்லிக்கட்டினைப் பார்த்துவிட்டு அதைப் பற்றிப் பேசுகின்றவர்களுக்கு அளவேது? சிலர் ஜல்லிக்கட்டுச் சம்பவங்கள், காளைகள் பற்றிய தகவல் சேகரிப்பில் கலைகளஞ் சியமாக இருப்பார்கள். ஜல்லிக்கட்டு பற்றிய பேச்சுகள் ஒருவகையில் போதைதான். கிரிக்கெட் பற்றி மணிக்கணக்கில் பேசுகின்றவர்களுக்கும் ஜல்லிக்கட்டு பற்றிப் பேசுகின்றவர்களுக்கும் வேறுபாடு பெரிய அளவில் இல்லை.

ஜல்லிக்கட்டில் காளைகள் துன்புறுத்தப்படுகின்ற என வழக்குத் தொடுத்த விலங்கு வதை தடுப்பு சங்கத்தினருக்கும், தீர்ப்பினை வழங்கிய நீதியரசர்களுக்கும் அடிபடையான புரிதல் இல்லை. இதுவரை நடைபெற்ற ஜல்லிக்கட்டுகளில் காளைகளினால் குத்திக் கொல்லப்பட்ட ஆண்களின் எண்ணிக்கை ஆயிரக்கணக்கில் இருக்கும். ஒரு காளையாவது ஜல்லிக்கட்டினால் கொல்லப்பட்டது எனச் சொல்வதற்கில்லை. பொதுவாகத் தமிழகக் கிராமங்களில் வாயில்லா ஜீவன்கள் நம்மை அண்டி இருக்கின்றன என்ற இரக்க உணர்வுடன்தான் மாடுகளை நடத்துவார்கள். குடும்பத்தில் மாட்டின் இறைச்சியைக்கூட உண்ணுவது வழக்கினில் இல்லை. வயல் வேலை, வண்டியில் பாரம் இழுத்தல் என அன்றாடம் பெரிதும் பயன்படுத்தப்படும் காளைகள் கடுமையாக உழைக்கின்றன. வேகாத வெய்யிலில் சுமை ஏற்றப்பட்ட வண்டியை இழுக்க முடியாமல் திணறும் காளைகள் சாட்டை அடியை வாங்கிக்கொண்டு நகர்கின்றன. இப்படியான சித்திரவதைகள் எதுவும் ஜல்லிக்கட்டில் பாயும் காளைகளுக்கு இல்லை. கன்றுக்குட்டியாக இருக்கும் போதிலிருந்து நல்ல ஊட்டச்சத்து மிக்க தீவனம் தந்து வளர்க்கப்படுகின்றன. எனக்குத் தெரிந்த அளவில் பல வீடுகளில் காளைகளைச் செல்லப் பிள்ளைகளைப் போன்று ப்ரியமுடன் வளர்க்கின்றனர். நேரத்திற்குத் தீவனம் தந்து வளர்க்கப்படும் காளைகள் ஒருவகையில் சுகவாசிகள். அவை ஒருபோதும் பிற காளைகள் போல கடுமையான உழைப்பினில்

ஈடுபட வேண்டியதில்லை. அவ்வப்போது நடைபெறும் ஜல்லிக்கட்டுகளில் கலந்து, யாரிடமும் பிடிப்படாமல் தப்பித்து வர வேண்டும். தொடர்ந்து பல ஜல்லிக்கட்டுகளில் பிடிபடாத காளைகளுக்கு ராஜமரியாதை. அவற்றின் மதிப்பு லட்சக்கணக்கில். இன்னொருபுறம் பரம்பரையாக காளைமாடுகளை வளர்த்துவரும் குடும்பத்தினரின் கௌரவமும் ஜல்லிக்கட்டில் காளை சீறிப் பாய்வதில் அடங்கி இருக்கிறது.

ஜல்லிக்கட்டில் வதைக்குள்ளாவது மனிதர்கள்தான். காளையை அடக்கப்போய் குத்துப்பட்டு இறந்து போனவரின் குடும்பம் வருமானம் இல்லாமல் வறுமைக்குள்ளாகிவிடும். காளைகளினால் கால் ஒடிந்து, குடல் சரிந்து காயம் பட்டவர்கள் சில வாரங்கள் மருத்துவமனையில் தங்கி வைத்தியம் பார்க்கும்போது அந்தக் குடும்பத்தின் பொருளாதாரமே ஆட்டங்கண்டு விடும். அதிலும் பெண்கள் வீட்டிற்கும் மருத்துவமனைக்கும் அலைந்து திரிந்து சிரமப்படுவார்கள். உதவ யாரும் இருக்க மாட்டார்கள். அன்றாடம் வயல் வேலை, கூலி வேலை என உடல் உழைப்பு செய்து வாழும்போதே கஷ்டப்பட்ட குடும்பம் ஆண் மருத்துவமனையில் படுத்து விட்டால் நிலைமை இன்னும் மோசமாகும்..ஜல்லிக்கட்டில் கடுமையான காயமடைந்தவரின் மனைவி, குழந்தைகளின் நிலை துயரமானது... உண்மையில் ஜல்லிக்கட்டினால் மனித உடல்களுக்குத்தான் கடுமையான சேதங்கள் ஏற்படுகின்றன.

மனிதர்களுக்கு ஏற்படும் கொடுமைகளைப் பற்றி அக்கறைப்படாத புளூ கிராஸ் போன்ற அமைப்புகளின் நீலிக்கண்ணீர் அருவருப்பானது. குடிநீர் பற்றக்குறை, வேலைவாய்ப்பு இன்மை,மின்சாரம் தட்டுப்பாடு போன்ற அடிப்படைப் பிரச்சினைகளைத் தீர்க்க இயலாத சூழலில், ஜல்லிக்கட்டுதான் முதன்மையான பிரச்சினை போல முன்னிறுத்துவது திசை திருப்பும் வேலை. மாடுகளை இறைச்சிக்காகக் கொல்லும் கூடங்களில் அவற்றின் நெற்றியில் பெரிய சுத்தியலினால் அடித்துக் கொல்வது புளூ கிராஸ் அமைப்பினுக்குத் தெரியாதா என்ன? ஜல்லிக்கட்டு கூடவேகூடாது என அழுத்தமான நீதி வழங்கிய நீதியரசருக்கு இறைச்சிக்காகக் கொல்லப்படும் மாடுகள் படும் வதை தெரியாது என நம்புவோம். மாட்டின் உடலினைவிட மனித உடல் மலிவானதா என்ன? ஜல்லிக்கட்டினால் மனிதர்கள் அநியாயமாகக் கொல்லப்படுகின்றனர் எனத் தடை விதித்திருந்தால் தருக்கரீதியில் ஏற்புடையதாக இருக்கும்.

ஜல்லிக்கட்டினை விளையாட்டு எனப் பார்த்தால் காயங்கள் தவிர்க்க முடியாதவை. குத்துச் சண்டையில் பட்ட காயங்களினால்

உலகின் முதன்மையான குத்துச் சண்டை வீரர் முகமது அலியின் உடல்நிலை இன்று மோசமாகி விட்டது. மராத்தான் உள்பட பல விளையாட்டுப் போட்டிகளில் ஏற்படும் காயங்கள் ஒருபுறம், மரணமும் இன்னொருபுறம் என நிழலாகத் தொடர்கின்றன. ஜல்லிக்கட்டினை விளையாட்டு என்பது புரிந்து கொள்ளக்கூடியது. வீர விளையாட்டு என மகிமைப்படுத்தும்போது பிரச்சினைகள் தோன்றுகின்றன. விளையாட்டினுக்கு எனத் தனியே விதிகள் இருக்க வேண்டியது அவசியம். ஜல்லிக்கட்டுக்கான விதிகள் ஊர்கள்தோறும் வேறுபடுகின்றன. காளையின் கூர்மையான கொம்பினுக்கும் அதனைப் பிடிக்க முயலும் இளைஞனின் உடலுக்குமான இடைவெளி மனித இருப்பினைத் தீர்மானிக்கும் என்ற நிலையில் ஜல்லிக்கட்டு எப்படி விளையாட்டு ஆக முடியும்?

காளையை அடக்குவது வீரம் என்பதற்குத் தரப்பட்ட முக்கியத்துவம் போய் இன்று ஏகப்பட்ட பரிசுகள் வழங்கப்படுவதாக அறிவிக்கப்படுவது மாடுபிடி வீரர்களை உசுப்பி விடுகிறது. சைக்கிள், மிக்சி, கிரைண்டர், இரும்பு அலமாரி, ரொக்கப் பணம், தங்கக் காசு, தங்க மோதிரம் என அறிவிப்பது பார்வையாளர்களை நோக்கி வீசப்படும் தூண்டில்கள். வேடிக்கை பார்க்க போனவர்களில் சிலர் மது தந்த போலியான வீரத்தில் வாடியில் இறங்கி அநியாயமாக உயிரை இழப்பதுநடைபெறுகிறது.

ஜல்லிக்கட்டில் காளையை அடக்குகிற மாடுபிடி வீரர்களைவிட வேடிக்கை பார்க்கப் போனவர்கள் காளைகளினால் குத்தப்படுவது அதிகம். சில சமயங்களில் தெருவில் நடந்து போகிறவர் மாட்டினால் குத்துப்பட்டு இறப்பது நிகழ்கிறது. கிராமத்தில் பாரம்பரியமாகக் கோவிலுக்கு முன்னர் பெரிய தெருவில் ஜல்லிக்கட்டு நடத்துகின்றனர். வெளியூர்களில் இருந்து கூடுகின்ற ஆண்கள் வேடிக்கை பார்ப்பதற்குப் போதுமான இடம் இருக்காது. மிரண்ட காளைகள் எந்த நேரத்தில் எந்தப் பக்கத்தில் இருந்து பாயுமோ என்ற பயத்துடன்தான் பலர் வேடிக்கை பார்த்துக் கொண்டிருப்பார்கள். சரி போரடிக்கிறது என அங்கிருந்து கிளம்பிச் செல்வதிலும் அபாயம் உள்ளது. ஏற்கனவே அவிழ்த்து விடப்பட்டு அங்குமிங்கும் அலையும் கொண்டிருக்கும் காளைகளினால் குத்தப்பட நேரிடலாம். இத்தகைய சூழலை விளையாட்டு, வீரம் எனச் சொல்வது எந்த வகையில் நியாயம்?

ஜல்லிக்கட்டு என்ற சொல்லின் பின்னால் சாதி அரசியல் பொதிந்துள்ளது. தமிழர் வீரம் என்ற சொல்லினைக் கட்டுடைத்தால் தமிழகக் கிராமங்களில் இன்றளவும் நிலவும் சாதிய ஏற்றத்தாழ்வு புலப்படும். தருமபுரியில் திவ்யா–இளவரசன் காதல் விவகாரம்,

அம்மாவின் அலையை மீறி இன்று அன்புமணி நாடாளுமன்ற உறுப்பினராக வழி வகுத்துள்ளது. சாதியப் பெருமை,ஆண்ட பெருமை பேசும் ஆதிக்க சாதியினரை எதிர்த்துச் செயல்படுவது இன்றளவும் கிராமங்களில் சிரமமானது. இந்நிலையில் மரபு, தொன்மை போன்றவற்றின்மூலம் ஆளுகை செலுத்துவது பல்வேறு வழிகளில் நடைபெறுகிறது. குறிப்பாகக் கோவில் திருவிழாக்களில் முதல் மரியாதை, முதலில் தேர் வடம் பிடித்தல், தக்கார், எனப் பல்வேறு நிலைகளில் தங்கள் பூர்வீகப் பெருமையை நிலை நிறுத்துகின்றனர். கிராமப்புறங்களில் கடந்த பல நூற்றாண்டாக ஆதிக்கம் செலுத்தும் சாதியினருக்குக் காளைகள் வளர்ப்பது அந்தஸ்து, ஆதிக்கத்தின் அடையாளம். ரேக்ளா ரேஸ் மாடுகள், ஜல்லிக்கட்டுக் காளைகள் போன்றவற்றைப் பெரும்பாலும் ஆதிக்க சாதியினர்தான் தொடர்ந்து பராமரித்து வருகின்றனர். வயலில் வேலை செய்யும் ஒடுக்கப்பட்ட சாதியினர், இடைநிலைச் சாதியினர்,தலித்துகள் ஜல்லிக்கட்டு காளைகள் வளர்ப்பதில்லை. கிராமப்புறத்தில் தனது செல்வாக்கு எங்கும் நீக்கமறப் பரவியிருப்பதை நிரூபிக்க ஆதிக்க சாதியினருக்குக் காளைகள் குறீயிடுகள். சுற்று வட்டாரத்தில் எங்கே ஜல்லிக்கட்டு நடைபெற்றாலும் மேற்படி ஊரைச் சேர்ந்தவரின் காளைகளை யாராலும் பிடிக்க முடியவில்லை என்பது ஒருவகையில் அறிவிக்கப்படாத சவால். எங்கும் என் கொடி பறக்கிறது என்பதை அறிவிக்க ஜல்லிக்கட்டுக் காளைகள் பயன்படுகின்றன. லட்சம் ரூபாய் பெறும் காளைகள் கிராமத்துப் பண்ணையாரின் தொழுவத்தில் நான்கு நிற்கின்றன என்பது ஊர் முழுக்கப் பரவியிருப்பது சமூக மரியாதையைத் தீர்மானிக்கிறது. அவரது சொல்லுக்கு ஊர் கட்டுப்படும் என்பதைக் காளைகளின் இருப்பும் தீர்மானிக்கின்றன.

காளையை வளர்த்துத் தனது குலப்பெருமையையும் ஆண்மையையும் வெளிப்படுத்தும் வசதியான பின்புலமுடையவர் ஒருபோதும் வாடியில் இறங்குவதில்லை. கிராமத்தில் ஆதிக்கம் செலுத்தும் நிலவுடமையாளர் யாரும் காளையை அடக்கிட முயலுவதில்லை. ஆனால் ஆதிக்க சாதியைச் சார்ந்த அன்றாடங்காய்ச்சிகள்தான் உசுப்பேற்றப்பட்டு வீரம் என்ற போலியான புனைவில் களத்தில் நிற்கின்றனர். காளைகள் அவிழ்த்து விடப்படும் வாடி வாசலில் பந்தாவாக நின்று போஸ் கொடுக்கும் உரிமையாளர்கள் வெகுமானத்திற்காகப் பரிசுகள் அறிவிப்பதோடு சரி. ஒருவரின் காளை பிடிபட்டால் அந்தக்காளையின் உரிமையாளரின் கௌரவத்திற்கு இழுக்கு வந்து

விடும். எனவே மாடுபிடிப்பதில் முன்னணியில் உள்ளவர்களிடம் ரகசிய ஒப்பந்தம் போடப்படும். சில வேளைகளில் வேறு சிலரின் திட்டத்தினால் காளை பிடிபட்டால் பிரச்சினை, ஊர்ச் சண்டையாகி விடும்.

சில ஊர்க் காளையின் பின்னால் குறைந்தது ஐம்பது பேராவது டிராக்டரில் திரண்டு வருவார்கள். அந்தக் காளையை அவிழ்த்து விடுவதற்கு முன்னால் பரப்பப்படும் பீதியினால் ஏன் வம்பு எனப் பலர் ஒதுங்கி விடுவார்கள்.வேறு ஊரைச் சேர்ந்த பண்ணையாருடன் ஏற்பட்ட சொந்த முரண்பாட்டினைத் தீர்க்க சிலருக்கு ஜல்லிக்கட்டு பயன்பட்டது. இதுவரை பல ஜல்லிக்கட்டுகளில் பிடிபடாத எதிராளியின் காளையை எப்படியாவது பிடிக்க ஏற்பாடுகள் நடைபெறும். ஒருக்கால் அந்தக் காளையைப் பலர் ஒன்றுகூடிப் பிடித்துவிட்டால், அன்று மாலைக்குள் அடிதடி, வெட்டுக்குத்து நிகழும். இரு பக்கங்களிலும் பண்ணையார்கள் நேரடியாகச் சண்டையில் ஈடுபடுவதில்லை. பண்ணையாரின் சாதியைச் சார்ந்த விளிம்புநிலையினர்தான் பலி கடாக்களாகப் படுவார்கள். இன்று வாகனப் போக்குவரத்துப் பரவலானதால் வெளியூர்களில் இருந்துகூட கிராங்களுக்கு காளைகளை அடக்கிப் பரிசுகளைப் பெற ஆட்கள் வருகின்றனர். என்றாலும் கிராமத்துச் சண்டியர், மைனர், மிட்டா மிராசு, அம்பலகாரர் என்ற பெயரில் அதிகாரத்தைக் காட்ட ஜல்லிக்கட்டு பயன்படுகிறது.

ஜல்லிக்கட்டினுக்குத் தடை என்றவுடன் அதற்கு எதிராகக் கிளம்பியுள்ள அமைப்புகள் பெரிதும் ஆதிக்க சாதியினரின் கட்டுப்பாட்டில் உள்ளவை. தமிழர் வீர விளையாட்டினைத் தடை செய்யாதே என ஒட்டப்பட்டுள்ள போஸ்டர்களின் பின்புலத்தின் குறிப்பிட்ட சாதியினரின் நலன்கள் பொதிந்துள்ளன. கிராமங்களில் வாழும் இடைநிலைச் சாதியினர், தலித்துகள் ஜல்லிக்கட்டு குறித்துப் பெரிதும் அக்கறை கொள்வதில்லை. ஆதிக்க சாதியினரிலும் ஒருசிலரின் அதிகாரத்தை வெளிப்படுத்தப் பயன்படும் ஜல்லிக்கட்டு எப்படி ஒட்டுமொத்தத் தமிழர்களின் விளையாட்டாகும்? தமிழர் வீர விளையாட்டு என்ற தொடர் உருவாக்கும் புனைவின் பின்னர் பொதிந்துள்ள அரசியலைக் கண்டறிய வேண்டியுள்ளது.

கி.பி.14–ஆம் நூற்றாண்டு தொடங்கி டில்லி சுல்தான்கள், தெலுங்கர்கள், மராட்டியர்கள், நவாபுகள், ஐரோப்பியர்கள் என யார்யாரோ தமிழகத்தின்மீது படையெடுத்து வந்து தமிழர்களை

அடிமையாக்கியபோது தமிழர் வீரம் எங்கே போனது? ஆங்கிலேயரை எதிர்த்துப் போராடிய மருது சகோதரர்களைக் காட்டிக் கொடுத்து, ஆங்கிலேய அடிவருடிகளாக விளங்கிய மருதுவின் உறவினர்கள் தமிழர்கள் தானே? ஆங்கிலேயரின் கைப்பாவையாக விளங்கிய புதுக்கோட்டை சமஸ்தானத்து மன்னர்களின் வாரிசுகள் இன்று சட்டசபை உறுப்பினராகவும், மேயராகவும் வலம் வருவதை எப்படித் தமிழர் வீரத்துடன் பொருத்துவது? தமிழர் வீரம் என்பது ஜல்லிக்கட்டில் சீறிப்பாயும் காளையை அடக்குவதில் இருக்கிறது என்பது அபத்தமின்றி வேறு என்ன?

(உயிர் எழுத்து, ஜூன்-2014)

செம்புலப்பெயல் நீரில் மிதக்கும் இளவரசனின் உயிரற்ற உடல்

'**வெ**ண்ணிற இரவுகள்' என்னும் ஃபியோதர் தஸ்தயேவ்ஸ்கியின் குறுநாவலில் கதைசொல்லியான இளைஞனுக்கும் நாஸ்தென்கா என்ற இளம் பெண்ணுக்கும் இடையிலான நேசம் முறிந்து போகிறது. அப்போது அவன், 'உன் வானம் தெளிவுடன் ஒளிர்வதாக; உன் இனிய புன்னகை துன்பத்தால் தீண்டப்படாமல் என்றும் ஒளி வீசுவதாக; தனிமையான, நன்றி மிக்க இதயத்துக்கு கணப்பொழுதுக்கு மகிழ்ச்சியும் இன்பமும் அளித்தாய் அல்லவா, அதற்காக என்றென்றும் இறைவன் உனக்கு அருள் புரியட்டும்' எனத் தன் மனதுக்குள் நினைத்துக் கொள்கிறான்.

'நடனத்திற்குப் பின்' என்னும் டால்ஸ்டாயின் சிறுகதையில், பணக்கார இளைஞன் அதிகாலை வேளையில் வீடு திரும்புகிறான். முந்திய நாள் இரவில் அழகான இளம் பெண்ணுடன் ஆடிய நடனம், அவனுக்குள் புத்தொளியைப் பாய்ச்சுகிறது. இதுவரை அவனுக்குள் படிந்திருந்த கெட்ட எண்ணங்கள் அகன்று, மிகவும் நல்லவனாக மாறிவிட்டதாக உணர்கின்றான்.

காதலை முன்னிறுத்தி உலகமெங்கும் எழுத்தாளர்கள் படைத்துள்ள படைப்புகளுக்கு அளவேது? காதல் வயப்பட்ட எல்லோரும் ஏதோ மாயவுலகினுள் பயணிப்பதான மனநிலையை அடைகின்றனர். அமைதியும் சீற்றமும், விழிப்பும் மயக்கமும், தவிப்பும் கொந்தளிப்பும் எனப் பல்வேறு மனநிலைகளில் தவித்தாலும், மானுட உள்ளங்களில் காதல் இடைவிடாமல் ஒளிர்கிறது. இதுவரை 'தான்' என இறுகிப்போயிருந்த நிலை மாறி எதிர்பாலினருடன்

ஏற்பட்ட ப்ரிய உறவு, ஒரு கணம் எல்லாவற்றையும் மாற்றிப் போடுகிறது. காதல் வயப்பட்ட நிலையில் சக மனிதர்கள் மீதான நேசம் பெருகுகிறது. எனினும், இருவருக்குமிடையிலான காதலைப் பெற்றோர், உறவினர் ஏற்றுக்கொள்ளாத நிலையில் பிரச்சினை தோன்றுகிறது. தனிமனிதனின் தன்னியல்பான காதல் மன உணர்வுக்கும், சமூகக் கட்டுப்பாடுகளுக்குமான முரண்பாடு பல்வேறு வழிகளில் வெளிப்படுகிறது.

பூமியில் மனித மறுவுற்பத்திக்கு ஆதாரமாக விளங்கும் காதல் மிகப் பழமையானது. காதல் என்ற பெயரில் நடைபெற்ற மோதல்கள், போர்கள் காரணமாகச் சிந்திய இரத்தம் வரலாறு முழுக்கத் தோய்ந்துள்ளது. தனிமனிதரீதியில் இளைஞனுக்கும் இளைஞிக்கும் இடையிலான காமம் சார்ந்த கொண்டாட்டம், சிலவேளைகளில் வன்முறையில் போய் முடிகிறது. நாகரிகமடைந்ததாகச் சொல்லிக்கொள்ளும் சமூகங்கள் காதலை ஏற்பதிலும் புறக்கணிப்பதிலும் வேறுபட்ட அளவுகோல்களைக் கையாளுகின்றன.

தமிழர்களைப் பொறுத்தவரையில், காதல் பற்றிய கொண்டாட்டம் சங்ககாலத்திலே தொடங்கிவிட்டது. பண்டைக்காலத்தில் பரந்துபட்ட நிலவெளியில் வசித்து வந்த மக்களைத் 'தமிழ்' அடையாளம் ஒருங்கிணைத்தது. 'வட வேங்கடம் தென்குமரி ஆயிடைத் தமிழ் கூறு நல்லுலகம்' எனத் தொல்காப்பிய நூலின் பாயிர ஆசிரியர் பனம்பாரனார் தான் முதன்முதலாகத் தமிழக நிலப் பரப்பினை வரையறுத்துள்ளார். தமிழ் மொழியினால் இணைக்கப்பட்ட மக்களிடையே இனக்குழுக்களுக்கே உரிய குடிப்பெருமை மேலோங்கியிருந்தது. இந்நிலையில் வீரத்தைப் போல காதலும் முன்னிலைப்படுத்தப்பட்டது. ஒரே இனக் குழுவிற்குள் வாழ்கின்ற இனக்குழுவினரிடையே காதலுக்கு இவ்வளவு முக்கியத்துவம் தரப்பட வேண்டியது இல்லை. வேறு இனக்குழுவிலிருந்து இளம்பெண்ணைத் தேடி வருகின்ற இளைஞனின் காதல் உணர்வுகளை ஏற்றுக்கொள் எனச் சங்கப்பாடல்கள் நயம்பட எடுத்துரைக்கின்றன. சமூக வளர்ச்சி என்பது வேறுபட்ட குழுவினரிடையிலான காதல், மண உறவு மூலம்தான் சாத்தியப்படும் என்ற கருத்து, சங்க அகத்திணைப் பாடல்களில் வெளிப்பட்டுள்ளது. அன்றைய தமிழ்ச் சமூகத்தில் 'சாதி, மதம்' போன்ற பேதங்கள் எதுவும் வழக்கினில் இல்லை. அன்பு வயப்பட்ட இரு உள்ளங்களின் மகிழ்ச்சியான வாழ்க்கைதான் பண்டைத் தமிழகத்தில் நிலவியது. 'ஞாயும் ஞாயும் யாராகியரோ' என்ற குறுந்தொகைப் பாடலில் காதலரின் மனவுணர்வுகள்

நுட்பமாக வெளிப்பட்டுள்ளன. 'இதற்கு முன்னர் யார் யாரோவாக இருந்த நாம் காதலின் காரணமாகச் செம்மண்ணில் பெய்த நீர் போல, இருவரும் ஒன்றாகி விட்டோம்.' என்னவொரு அற்புதமான உவமை? தமிழரின் காதலுக்கு இதைவிட வேறு என்ன சிறப்பு இருக்கமுடியும் எனத் தமிழறிஞர்கள் பல்லாண்டுகளாகப் பேசியும் எழுதியும் வருகின்றனர். இன்னொருபுறம் எழுபதுகள் வரை திராவிட இயக்கத்தினர் முன்னிறுத்திய சாதிய எதிர்ப்பு, தமிழ்ச் சமூகத்தில் காத்திரமான விளைவுகளை ஏற்படுத்தியது. ஒருவரை இன்ன சாதியினர் என்று அடையாளப்படுத்த வெட்கப்படும் சூழல் நிலவியது. இன்னொருபுறம் நகரமயமாக்கலின் காரணமாகச் சாதி அடையாளங்கள் தொலையும் நிலையேற்பட்டது. எனினும், வேளாண்மை உற்பத்தியை முதன்மைப்படுத்திய கிராமப்புறங்களில் சாதிய ஏற்றத்தாழ்வுகள் வலுவாக உள்ளன. சாதிய இறுக்கம் தளர்ந்தது போன்ற பிரேமைக்கு அப்பால், தமிழ்ச் சமூகத்தில் புற்றுநோய் போல ஆழமாகச் 'சாதியம்' ஊடுருவிக் கொண்டிருப்பதன் வெளிப்பாடுதான் திவ்யா–இளவரசன் தொடர்பான நிகழ்வுகள்.

பிறப்பினால் தலித்தான இளவரசன், வன்னியரான திவ்யா ஆகிய இருவருக்குமிடையில் ஏற்பட்ட காதல் காரணமாக ஏற்பட்ட முரண் 'குடும்பம்' என்ற வரையறைக்குள் தீர்க்கப்படவில்லை. இரு வேறு சாதியினருக்குமிடையிலான மோதல் என்ற நிலையை வன்னியர் அமைப்புகள்தான் உருவாக்கியுள்ளன. நிலத்தை விட்டு வெளியேறி, அரசு வேலை அல்லது வேறு பணிகளின் மூலம் ஓரளவு வசதிவாய்ப்புப் பெற்ற முதல் தலைமுறையினரான தலித்துகளின் பொருளாதார வளர்ச்சி, வன்னியர் சாதியினரின் கண்ணை உறுத்தியதன் விளைவுதான் பிரச்சினைக்கான மூலகாரணம். நேற்றுவரை உடலுழைப்பில் சிரமப்பட்ட தலித்துகள் இன்று அடைந்துள்ள மாற்றங்களைச் சகிக்க முடியாதவர்கள் இளவரசன்–திவ்யா காதல் விவகாரத்தைக் கையில் எடுத்துக் கொண்டுள்ளனர். அதையொட்டி நடைபெற்ற சம்பவங்களின் கொடூரங்களைத் தமிழகம் நன்கறியும்.

உடல்களை ஒடுக்குதல்; வதைக்குள்ளாக்குதல் எனப் பால்ரீதியில் பெண்களையும், பிறப்பு அடிப்படையில் தலித்துகளையும் அடக்கியொடுக்குதல் காலந்தோறும் தொடர்கிறது. உடல்கள் மீதான ஆதிக்கம் காரணமாகச் சமூகத்தில் தனது ஆளுகையைத் தக்க வைத்துக் கொள்கின்றவர்களின் அரசியல் தனித்துவமானது. உடலரசியலின் விளைவாகக் காலங்காலமாக ஒடுக்கப்பட்ட உடல்களின் மீதான வன்முறை இன்றும் நீடிக்கிறது என்பதன்

அடையாளம்தான் 'இளவரசனின் உயிரற்ற உடல்'. ரயில் தண்டவாளத்தை விட்டு விலகிக் கருங்கல் ஜல்லியின் மீது குப்புறக் கிடக்கும் உடல் முழுக்க வரலாற்றுத் துயரம் அப்பியுள்ளது. அங்கே கிடக்கும் இளவரசனின் உயிரற்ற உடல் என்பது வெறுமனே தனிமனித மரணம் அல்ல. இதுவரை தமிழ்ச் சமூகம் கட்டமைத்திருந்த மதிப்பீடுகளும் அறங்களும் அழிக்கப்பட்டு விட்டதன் அடையாளம்தான் இளவரசனின் உயிரற்ற உடல்.

தொலைக்காட்சி செய்திச் சேனல்களில் காட்சிப்படுத்தப்பட்ட இளவரசனின் உயிரற்ற உடல், தமிழர்கள் என நம்புகின்ற ஒவ்வொருவரிடமும் அழுத்தமான கேள்விகளை எழுப்புகிறது. தமிழ் மொழி என்ற அடையாளத்துடன் தமிழர்கள் என அறியப்பட்ட நுண்ணரசியல் அபத்தமாகி விட்டது. தமிழைவிடச் சாதி அடையாளம் மேலோங்கிவிட்டதன் வெளிப்பாடு, இளவரசனின் உடலை உயிரற்றதாக்கிவிட்டது.

பிறப்பின் அடிப்படையில் உடல்களைப் பேதப்படுத்தி, சில உடல்களைத் தீண்டத்தகாதவை என இழிவாகக் கற்பித்த 'சநாதன தர்மம்' இன்றும் தமிழ்ச் சமூகத்தில் வலுவாக உள்ளதன் வெளிப்பாடாக இளவரசனின் உயிரற்ற உடலைக் கருத வேண்டியுள்ளது. உலகமயமாக்கல், தாராளமயமாதல், நுகர்பொருள் பண்பாடு எனச் சமூகத்தில் மாற்றங்கள் ஏற்பட்டிருந்தாலும், பார்ப்பனியம் வகுத்த சாதிய மேல், கீழ் அடுக்குமுறை தொடர்ந்து செல்வாக்குடன் விளங்குகிறது. சாதித் திமிர், உயர் சாதி மனோபாவம் வலுப்பெற்ற சமூகச்சூழலில், ஒடுக்கப்பட்ட சாதியினரிடமிருந்து வெளிப்படும் சிறிய முரண் கூட மன்னிக்க முடியாத குற்றமாகக் கருதப்படுகிறது. அதற்கு ஈடாகத் தர வேண்டிய விலை மிக அதிகம். ஜனநாயக நாடு எனக் காட்டுக் கூச்சலிட்டாலும், எங்கள் எதிர்பார்ப்பினுக்கு மாறாக நீங்கள் நடந்தால், இங்கு எதுவும் நிகழும் என ஆதிக்க சாதியினர் தொடர்ந்து எச்சரித்துக் கொண்டே இருக்கின்றனர். அந்த அச்சுறுத்தல்தான் இளவரசனின் உடலாக வெளிப்பட்டுள்ளது.

என்ன நடந்து கொண்டிருக்கிறது? வல்லான் வகுத்ததே வாய்க்கால் என்பது எந்த வகையில் சரி? இறையாண்மை மிக்க குடியரசு நாடான இந்தியாவில் ஜனநாயகம் நிலவுகிறது என்பது நம்பிக்கைக்குரியதாக இல்லை. எல்லாவிதமான மரபுகளும் ஆதிக்க சாதியினர் செலுத்தும் வெறியின்கீழ் அர்த்தமிழந்து போகின்றன. உடல்களை மேல், கீழ் எனப் பாகுபடுத்தி நடத்தப்படும் சாதிய அரசியலைத் தடுத்து நிறுத்த அரசு ஏன் தவறி விட்டது என்பது முக்கியமான கேள்வி.

சோழப் பேரரசின் உச்சத்தில் ஆதிக்கம் பெற்ற வைதிக இந்து சமயம், தனது இருப்பினைத் தக்க வைத்துக் கொள்ளச் 'சாதியம்' மூலம் தொடர்ந்து முயலுகிறது. கடந்த நூற்றாண்டின் முற்பகுதியில் பெரியாரும், பிற திராவிட இயக்கத் தோழர்களும் சாதியத்தின் வேர்களை அடையாளங்கண்டு, அவற்றை அறுத்தெறிய முயன்றனர். வேறுபட்ட சாதியைச் சார்ந்தவர்களிடையிலான திருமணங்களைப் பெரியார் முன்னின்று நடத்தி வைத்தார். இத்தகைய மணத்தைக் 'கலப்புத் திருமணம்' என்று குறிப்பிடுவதைக் கண்டித்த பெரியார், 'சாதி மறுப்புத் திருமணம்' என அங்கீகாரம் தந்தார். சாதி ஒழிப்பினுக்கு முதல்படியாகச் சாதி மறுப்புத் திருமணத்தை முன்வைத்த பெரியாரின் நோக்கம் புரட்சிகரமானது. சாதிகளினால் பிளவுபட்டுக் கிடந்த தமிழர்களிடையே விழிப்புணர்வை ஏற்படுத்துவதில் திராவிட இயக்கத்தாரின் பங்கு முதன்மையானது. இதனால் சாதிய அபிமானம் இருப்பினும், அதை வெளிப்படையாகச் சொல்வது கேவலம் என்ற நிலை அன்றைய காலகட்டத்தில் ஏற்பட்டிருந்தது.

பெரியார் உயிருடன் இருக்கும்போதே, அவரது வழித் தோன்றல்களாகத் தங்களை அறிவித்துக்கொண்ட தி.மு.க.வினர் சாதிய மறுப்பினைக் கை விட்டனர். அதே வேளையில் மாவட்டம் தோறும் ஆதிக்க சாதியைச் சார்ந்தவர்கள் மாவட்டப் பொறுப்புகளைக் கைப்பற்றியவுடன் தலித்துகள் வெறுமனே வாக்களிப்பவர்களாக மாறிப் போயினர். பெரியாரின் மறைவினுக்குப் பின்னர் வீரமணி அன்கோவினர் திராவிடர் கழகத்தைத் தனியார் கம்பெனியாக மாற்றி விட்டனர். இன்று தமிழகத்தில் சீர்திருத்தக் கருத்துகளுக்கு ஆதரவாகவும், மூடநம்பிக்கைகளுக்கு எதிராகவும் குரல் கொடுப்பவர்கள் அமைப்புரீதியில் யாரும் இல்லை. இத்தகைய சூழல் சாதியின் பெயரால் பிழைப்பு நடத்தும் பிழைப்புவாதிகளுக்குக் கொண்டாட்டமாகிவிட்டது. சாதிய வெறியர்கள் சமூக நலன் என்ற பெயரில் வெளிப்பட்டு நஞ்சைக் கக்கத் தொடங்கினர்.

ஒவ்வொரு சாதிக் கட்சியினரும் தங்களை ஏதோ ஒரு மன்னரின் வழித்தோன்றல்கள் எனப் போலியாக அடையாளப்படுத்துவதுடன், கோடிக்கணக்கான வாக்காளர்கள் எம் சாதியைச் சார்ந்தவர்கள் எனப் 'புருடா' விட்டுக் கொண்டிருக்கின்றனர். தமிழக அரசியலில் ஆதரவற்று அநாதைகளாக அலைந்து திரிந்த சாதிக் கட்சிகள் வலுவடைந்தமைக்குக் காரணம் திராவிடக் கட்சிகள், அவற்றுடன் வைத்துக் கொண்ட தேர்தல் கூட்டணிதான். அதேவேளையில் ஆதிக்க சாதியினரின் பெரும்பான்மையான வாக்குகளைக்

கைப்பற்றுவது என்ற செயல்தந்திரத்தின் விளைவாகத் தலித்துகளின் நலன்களைப் புறக்கணிப்பதும் நடைபெற்றது. இந்நிலை சாதியத் தலைவர்களாகத் தங்களை வெளிப்படுத்திக் கொண்டிருந்த ராமதாஸ் போன்ற பிழைப்புவாதிகளுக்குச் சாதகமாகிவிட்டது. இதனால் அவர் ஒவ்வொரு தேர்தலின் போதும் தி.மு.க. அல்லது அ.தி.மு.க.வின் ஆதரவைப் பெற்றுத் தமிழக/இந்திய அரசியலில் வலம் வரத் தொடங்கினர். கடந்த தேர்தலில் பாட்டாளி மக்கள் கட்சி எதிர்கொண்ட பெரும்தோல்வியைச் சமாளிக்க ராமதாஸ் இனிமேல் திராவிடக் கட்சிகளுடன் கூட்டுக் கிடையாது என அறிவித்தார். வன்னியர்களின் நலன்காக்கும் ஒரே அமைப்பு பா.ம.க. என்ற ரீதியில் சாதியத்தை முன்னிறுத்தி ராமதாஸ் தொடங்கிய அரசியல் நாடகம், திவ்யாவும் இளவரசனும் பிரிந்து போவதில் போய் முடிந்துள்ளது. (இளவரசனின் மரணத்திற்குப் பா.ம.க. பொறுப்பில்லை என்று அன்புமணி அறிவித்திருப்பதைக் கவனத்தில் கொள்ள வேண்டியுள்ளது.)

அதிகரித்து வரும் பொருளாதார நெருக்கடியினால் அவதிப்படும் விளிம்புநிலையினரைத் தம் பக்கம் கவர்ந்திழுக்க ஒவ்வொரு சாதிக் கட்சிகளும் முயலுகின்றன. கிராமப்புறங்களில் நலிவடைந்து வரும் வேளாண்மை ஒருபுறம், நகர்ப்புறங்களை நோக்கித் தூக்கியெறியப்படும் உதிரித் தொழிலாளர்கள் இன்னொருபுறம் என உழைப்பிலிருந்து பலரும் அந்நியப்படும் நிலை ஏற்பட்டுள்ளது. இத்தகைய சூழலில் ‘சாதிய போதை’ விளிம்பு நிலையினருக்கு உற்சாகம் தருகிறது. முன்னர் ஆண்ட பரம்பரை மீண்டும் ஒருமுறை ஆள வேண்டாமா? எனப் போலிப் பெருமைக்குள் மூழ்குகின்றனர். நவீன அறிவியலின் வளர்ச்சியினால் கனரக உற்பத்தி, கணினிப் பயன்பாடு அதிகரித்தாலும், இன்னொருபுறம் சாதிய ஏற்றத்தாழ்வு, சாதியப் பெருமை பேசுவது அதிகரித்துள்ளது. இத்தகைய சூழலில் ‘தமிழர்’ என்ற சொல் வெற்றுச் சொல்லாகி விட்டது.

“வன்னிய இனப் பெண்களைக் கலப்புத் திருமணம் செய்பவர்களை வெட்டுங்கடா... வன்னியர் சங்கத் தலைவர் நான் சொல்கிறேன்” மாமல்லபுரத்தில் சித்ரா பௌர்ணமி அன்று நடைபெற்ற வன்னியர் சங்க விழாவில் காடுவெட்டி குரு ஆவேசமாக முழங்கியுள்ளார். அதே மேடையில் சமூக நீதிப் போராளி ராமதாசும், பசுமைப் போராளி அன்புமணியும் உற்சாகத்துடன் குருவின் பேச்சை ரசித்துக் கொண்டிருந்தனர். ‘பிராந்தி, பிரியாணி என வழங்கப்பட்டுச் சாதியரீதியில் திரட்டப்பட்டிருந்த வன்னியர் கூட்டம் பெருங் குரலெழுப்பி

ஆரவாரித்தது. பல்லவ மன்னர்களின் வாரிசாகத் தன்னை அடையாளப்படுத்திக் கொள்ளும் அன்புமணி, வன்னியர் அரசியலின் விளைவாகச் 'சாதிய போதை' எல்லோருக்கும் பகிர்ந்தளிக்கப்பட்டுள்ளது. இதுபோன்ற நிலைமை, வெவ்வேறு வழிகளில் ஆதிக்க சாதியினரிடம் நிலவுகிறது.

ஓரளவு வசதியான வேலை பார்க்கும் நகர்ப்புறத்து இடைநிலைச் சாதியினரிடம் இன்று காதல் மணங்கள் ஏற்புடையதாகி விட்டன. குறிப்பாகத் தகவல் தொடர்புக் கம்பெனிகளின் வருகைக்குப் பின்னர் தமிழகத்து இளைஞர்களின் மனநிலையில் மாற்றம் ஏற்பட்டுள்ளது; பெற்றோர்களும் கருத்துரீதியில் மாற்றமடைந்துள்ளனர். எனினும், தலித் இளைஞன் வேறுசாதிப் பெண்ணை மணப்பது என்பது ஏற்றுக் கொள்ளப்படவில்லை.

பொதுவாக ஓர் இளைஞன், வேறுசாதிப் பெண்ணைத் திருமணம் செய்து கொள்வதில் பிரச்சினை பெரிய அளவில் இல்லை. அதே வேளையில் இளம்பெண், தான் விரும்பிய வேறு சாதிப் பையனை மணக்க விரும்பினால்தான் பிரச்சினை வலுவடைகிறது. அதிலும் அந்தப் பெண்ணின் தேர்வு தலித் இளைஞன் எனில் சிக்கல் உச்சமடைகிறது. சாதியின் புனிதம் என்பது பெண்ணுடல்கள் வழியே தான் தொடர்ந்து தகவமைக்கப்படுகின்றது. பெண்ணின் யோனியில்தான் சாதியத்தூய்மை வலுவாக உள்ளது என்று சாதிய வெறியர்கள் நம்புகின்றனர்.

தமிழகக் கிராமப்புறங்களில் வயல் வேலை செய்த தலித் பெண்கள் மீது ஆதிக்கசாதியினர் காலந்தோறும் நடத்திய பாலியல் வன்முறைகளுக்கு அளவேது? அதிலும் காவிரி பாயும் டெல்டா பகுதிகளில் தலித் பெண்ணுடல்கள் ஒரு பொருட்டாகவே கருதப்படவில்லை. ஐம்பதாண்டுகளுக்கு முன்னர் பண்ணையார்களின் கொத்தடிமைக்குள் சிக்கியிருந்த தலித் பெண்களுக்குத் தங்கள் உடல்களின் மீது உரிமை இருந்ததா என்பதே முக்கியமான கேள்வி. ஒருபுறம் பொருளாதர ஒடுக்குமுறை, இன்னொருபுறம் உடல்ரீதியான அடக்குமுறை என அடக்கியொடுக்கப்பட்ட தலித் பெண்ணுடல்கள் அடைந்த துயரங்கள் காற்றில் எங்கும் மிதக்கின்றன. இத்தகைய ஆண் மேலாதிக்கப் பின்புலத்திலிருந்து வந்த ஆதிக்க சாதிவெறியர்கள் தான், தங்கள் சாதியைச் சார்ந்த பெண்களின் மண வாழ்க்கை குறித்து அறிவுரை கூறுகின்றனர்; வன்முறையின் மூலம் உடல்களைச் சிதைக்கின்றனர்.

சாதி மறுப்புத் திருமணம் செய்யும் பெண்ணைப் பிடித்து வந்து கொலை செய்து மறைக்கும் போக்கு இன்று தமிழகத்தில்

வலுவடைந்து வருகின்றது. எவிடென்ஸ் என்ற தன்னார்வத் தொண்டு நிறுவனம் ஆய்வறிக்கையினைச் சமீபத்தில் வெளியிட்டுள்ளது. அவ்வறிக்கையின்படி, தமிழகத்தில் கடந்த 2010-ஆம் ஆண்டில் 6009 பெண்கள் தற்கொலை செய்து கொண்டுள்ளனர். அவற்றில் 629 பெண்கள் கொலை செய்யப்பட்டுள்ளதாகத் தெரிகிறது. மேலும், கொலை செய்யப்பட்ட பெண்களில் 18-30 வயதுடைய பெண்கள் 236 பேர் என்றும், இதில் கணிசமானவை, சாதிமறுப்புக் காரணமாக நடைபெற்ற கௌரவக் கொலைகள் என்றும் தெரிவிக்கிறது. விளக்குமாற்றுக்குப் 'பட்டுக் குஞ்சலம்' என்பது போல, உயிருடன் இளம் காதலர்களைக் கொலை செய்துவிட்டு, கௌரவக் கொலைகள் எனப் பெயர் சூட்டுவது எந்த வகையான நியாயம்? தமிழகக் கிராமப்புறங்களில் நடைபெற்ற பல்வேறு சாதிமறுப்புக் கொலைகள் உள்ளூர் அளவில் மூடி மறைக்கப்பட்டிருக்க வாய்ப்புண்டு. அரசின் கவனத்திற்குக் கொண்டு வராமல், போலீஸ் துறையினரின் உடந்தையுடன், இரவோடு இரவாக எரித்துச் சாம்பலாக்கப்பட்ட இளம்பெண்கள் பற்றிய கணக்குகள் எங்கும் பதிவாக வாய்ப்பில்லை. சாதித் தூய்மையைக் காப்பாற்றுவதற்காகச் சாதிமறுப்புத் திருமணம் செய்த பெண்களைக் கொன்ற சாதிவெறியர்கள் தமிழகமெங்கும் பரவியுள்ளனர்; சாதியத் திமிருடன் உலா வருகின்றனர்.

இளவரசன்-திவ்யா காதல் திருமணம், அதற்குப் பின்னர் நடைபெற்ற வெறியாட்டம், திவ்யாவின் அப்பா தற்கொலை, இளவரசனைப் பிரிந்து தாயுடன் வாழ விரும்புவதாக நீதிமன்றத்தில் திவ்யாவின் வாக்குமூலம், ரயில் தண்டவாளம் அருகில் தலையில் காயத்துடன் கிடக்கும் இளவரசனின் உடல். துன்பியல் நாடகத்தின் அடுத்தடுத்த காட்சிகளுக்குப் பின்னர் உச்சகட்டமாக இளவரசனின் சடலம்.

இளவரசனின் மரணத்தைத் தமிழகத்து அச்சு ஊடகங்கள் சித்திரித்துள்ள முறை கேள்விக்குரியது. 'ரயில் முன் பாய்ந்து இளவரசன் தற்கொலை' தினத்தந்தி நாளிதழ் வெளியிட்டுள்ள செய்தி; 'தருமபுரி இளவரசன் தற்கொலை' தினமணி நாளிதழ் பிரசுரித்துள்ள செய்தி; 'காதல் மனைவி பிரிந்து சென்றதால் இளவரசன் விரக்தி' தினமலர் நாளிதழ் தந்துள்ள செய்தி. மூன்று நாளிதழ்களும் அரசியல் அடிப்படையில் வெவ்வேறு கோணத்தில் செய்திகளை வெளியிடும் இயல்புடையன; ஒவ்வொன்றும் தனித்தன்மையுடையன. ஆனால், அவை இளவரசன் மரணச் செய்தியில் மட்டும், அது 'தற்கொலை' என்ற ஒத்த முடிவுக்கு வந்துள்ளன. இளவரசன் மரணத்தையொட்டிய புதிர் இன்றும்

விடுவிக்கப்படாத நிலையில், முன்னணி நாளிதழ்களுக்கு மட்டும் 'தற்கொலை' என்ற செய்தி எப்படிக் கிடைத்தது என்பது முக்கியமான கேள்வி. 'தண்டவாளத்தின் அருகில் தலையில் காயத்துடன் கிடந்த இளவரசனின் உடல்' என்ற முதன்மைத் தகவலுக்கு மாறாக நாளிதழ்கள் வெளியிட்டுள்ள செய்தியின் பின்புலம் ஆய்விற்குரியது. எவ்விதமான விசாரணையுமில்லாமல், மேலோட்டமான நிலையில், 'தற்கொலை' எனக் காவல் துறை தந்த தகவலை அப்படியே செய்தியாக வெளியிட்டுள்ளன. தமிழகத்தையே பல மாதங்களாக உலுக்கிக் கொண்டிருக்கும் சாதியப் பிரச்சினையின் உச்சமான இளவரசனின் மரணத்தை இவ்வளவு எளிதாகப் புறக்கணிப்பதுதான் பத்திரிகை தர்மமா? இளவரசனின் மரணத்தால் தமிழகத்து மக்கள் கொதிப்படைந்திருக்கும் சூழலில், எவ்விதமான சமூக அக்கறையுமின்றி, 'இளவரசன் தற்கொலை' எனச் செய்தி வெளியிட்ட நாளிதழ்களின் செயல்பாடுகள் கண்டிக்கத்தக்கன. அதிலும், 'தருமபுரி இளவரசன் தற்கொலை' எனக் கிண்டல் தொனியில் செய்தியை வெளியிட்டுள்ள தினமணியின் பார்ப்பனிய முகம் கோரமானது. பாரதியின் வழி நடப்பதாகவும், தன்னையே பாரதியாகக் கருதிக்கொண்டு மேடைகளில் முழங்கிக் கொண்டிருக்கும் தினமணி ஆசிரியர் கே.வைத்தியநாதனின் பார்ப்பனிய மனநிலை மீண்டும் ஒருமுறை வெளிப்பட்டுள்ளது.

முன்னணி நாளிதழ்கள் வெளியிட்டுள்ள 'இளவரசன் தற்கொலை' செய்திக்குப் பின்னர் பொதிந்துள்ள நுண்ணரசியலைக் கண்டறிய வேண்டியுள்ளது. ஏற்கனவே தலித் என்றால் இழிவாகக் கருதும் இளக்கார மனநிலை நுட்பமாகச் செயல்பட்டுள்ளது. மைய நீரோட்டத்தில் தலித்துகளுக்கு இடமா? மேல் சாதிப் பெண்ணைத் தலித் விரும்புவதா? சாதி மறுப்புத் திருமணம் செய்ய விழையும் தலித்துக்குக் கிடைக்கும் கோரமுடிவு இதுதான் என்ற ஆதிக்க சாதி மனோபாவம், எவ்விதமான பதற்றமும் இல்லாமல் 'தற்கொலை' என அறிவிக்கிறது. இன்னொரு நிலையில், இளவரசனின் மரணம் சாதிய வெறியர்களுக்கு மகிழ்ச்சியைத் தந்துள்ளது.

இளவரசனின் மரணம், இதுவரை கிராமப்புறத்தில் சேர்ந்து வாழ்ந்த தலித் – வன்னியர் மக்களிடைய பதற்றத்தை ஏற்படுத்துகிறது; சக மனிதர்கள் மீது சந்தேகத்தை உருவாக்குகிறது. பரஸ்பர அவநம்பிக்கையின் காரணமாக எதிர்ப் பிரிவினர் மீது ஏற்படும் வெறுப்பு, அங்கு வாழும் மக்களின் அன்றாட வாழ்க்கையைப் பெரிதும் பாதிக்கும். எந்நிலையிலும் பழிவாங்குதல் நிகழச்

சாத்தியமுண்டு; எப்பொழுது எதுவும் நிகழ வாய்ப்புண்டு என்ற பதற்றமான எதிர்பார்ப்பு, நாளடைவில் பல்வேறு தவறுகள் நடைபெற வழி வகுக்கும். சாதியின் பெயரால் தலைவர்களால் உருவேற்றப்பட்ட சாதிய வெறி, ஓரிரு ஆண்டுகள் அந்தப் பகுதியில் வாழும் மக்களிடையே பயத்தை ஏற்படுத்தும்.காதல் வயப்பட்ட இளைஞர்களுக்குச் சாதி வெறியர்கள் தந்துள்ள எச்சரிக்கையாக இளவரசனின் மரணத்தைக் கருத வேண்டியுள்ளது. சமூக மாற்றத்தில் அக்கறையுள்ளவர்களும், 'தமிழ், தமிழர்' எனப் பேசுகிறவர்களும் ஒருங்கிணைந்து செயலாற்ற வேண்டிய நேரமிது.

இந்திய நாடு ஆங்கிலேய ஏகாதிபத்தியத்திடமிருந்து விடுதலையடைந்து 65 ஆண்டுகள் கடந்த பின்னரும், பெரும்பான்மை உழைக்கும் மக்களான 'தலித்துகள்' பற்றிய 'பொதுப் புத்தி' மாறாமல் இருப்பதற்குக் காரணம் என்ன? சாதியரீதியில் மேல், கீழ் முரணை வலியுறுத்தும் சநாதன தர்மம் எப்பொழுது மறையும்? ஆதிக்க சாதியினரின் சாதித் திமிர், சாதிப் பெருமை என்றைக்காவது மட்டுப்பட வாய்ப்புண்டா? கேவலமான சூழலிலிருந்து தலித்துகளுக்கு விடுதலை எப்பொழுது சாத்தியம்? இப்படி பல கேள்விகள் தோன்றுகின்றன.

மீண்டும் காதல் பற்றி: திவ்யாவுக்கும் இளவரசனுக்கும் தங்களைச் சுற்றிப் படர்ந்திருக்கும் சாதிய வளையத்தின் கோரமுகம் தெரியாதா என்ன? எவ்விதமான மனத்தடைகளும் இல்லாமல் அன்பின் வயப்பட்ட உள்ளங்களின் முன் எல்லாவிதமான எதிர்ப்புகளும் அர்த்தம் இழக்கின்றன. எப்படியும் சேர்ந்து வாழ முடியும் என்ற நம்பிக்கைதான் அவர்களை இயக்கியுள்ளது. இருவேறு சாதிப் பின்புலமுடைய இரு குடும்பங்களின் பிரச்சினையை ஆதிக்க சாதியின் கௌரவமாக மாற்றியதில் காதல் நசுங்கிப் போனது. அன்புடைய நெஞ்சத்துடன் துவங்கிய இனிய வாழ்க்கைப் பயணம், இடையிலே நிறுத்தப்பட்டுவிட்டது. என்றாலும், செம்மண்ணில் பெய்யும் மழைப் பொழிவில், நீரானது செம்புலப்பெயல் நீராகப் பெருக்கெடுத்து ஓடுகிறது. தமிழ் நிலவெளியில் சுழித்தோடும் செம்புலப்பெயல் நீரில் இளவசரனின் உயிரற்ற உடல் காலங்காலமாகத் தொடர்ந்து மிதந்து கொண்டிருக்கிறது.

(உயிர் எழுத்து, ஆகஸ்ட்–2013)

மங்களூர் சம்பவம் : பண்பாட்டின் பெயரால் பெண்கள் மீதான ஒடுக்குமுறை

காலங்காலமாகப் பால்ரீதியில் பெண்ணுடல்களைத் தொடர்ந்து கண்காணிப்பிற்குள்ளாக்கி, ஒடுக்கிட விழையும் மத நிறுவனத்தின் ஆளுகை வலிமையானது. நவீன உலகில் எல்லோரும் சமம் என்ற பிரேமை புனையப்படும் வேளையில், இன்னொருபுறம் பெண்ணுடல் மீதான அத்துமீறல் சாதாரணமாக நடைபெறுகிறது. ஒரே வகைப்பட்ட பெண்ணுடல்களை நகலெடுக்கப் 'பண்பாடு' பயன்படுகிறது. மதத்திற்கும் பண்பாட்டிற்குமான உறவு நுண்தளத்தில் உடல்கள்மீது வினையாற்றுகிறது. கர்நாடகா மாநிலத்திலுள்ள மங்களூர் நகரில் இளம்பெண்கள்மீது கட்டவிழ்த்து விடப்பட்ட ஒடுக்குமுறையில் மதமும் பண்பாடும் ஒருங்கிணைந்துள்ளன. 'பப்'பில் பியர் அருந்திய இளைஞர்கள்மீது ஸ்ரீராமசேனா அமைப்பினர் நடத்திய தாக்குதல் என்பது நாட்டில் எங்கோ ஒரு மூலையில் நடைபெற்ற அராஜகம் மட்டுமல்ல; இந்தியா முழுக்க வாழும் பெண்கள்மீது ஏவிவிடப்பெறவிருக்கும் வன்முறையின் அறிகுறியாகும். இந்து மதத்தின் பெயரால் குண்டர்கள் இளம்பெண்களின் கூந்தலைப் பிடித்து இழுத்து வந்து அடக்குமுறைக்குள்ளாக்கியமைக்கு அடிப்படை 'பண்பாடு' என்பது விநோதம்தான்.

இந்தியப் பண்பாடு என்ற சொல்லாடலே அரசியல்வயப்பட்டது. பல்வேறு மொழிகளைப் பேசுகின்றவர்களும் ஆயிரக்கணக்கான பழங்குடியினரும் வாழ்கின்ற பரந்துபட்ட இந்திய நிலப்பரப்பினுக்கென ஒற்றைப் பண்பாடு இருக்க முடியாது. பலதரப்பட்ட பன்முக அம்சங்களைச் சிதைத்து எல்லாவற்றையும் ஒற்றையாகச் சுருக்குவது என்பது பாசிசப் போக்கினுக்கு வழி வகுப்பதாகும்.

இந்நிலையில் பெண்கள் மது அருந்துவதால் பண்பாடு சீரழிந்து விட்டது என்று பரிதவிக்கும் ஸ்ரீராமசேனாவினரின் கூற்று ஆழ்ந்த பரிசீலனைக்குரியது. நாடெங்கும் லட்சக்கணக்கான பார்களில் தினமும் கோடிக்கணக்கில் மது அருந்திக் கொண்டிருக்கும் ஆண்களின் தலைமுடியைப் பிடித்து வெளியே தள்ளிட ஸ்ரீராமசேனாவினர் துணிவார்களா? ஆண்கள் மது அருந்துவது பண்பாட்டின் வரம்பிலிருந்து விலக்கு அளிக்கப்பட்டுள்ளதா? சங்பரிவாரத்தின் வழி காட்டுதலின் பேரில் இந்துத்துவ ஆட்சியை நடத்தும் பி.ஜே.பி. ஆளும் மாநிலங்களில் முழுமையான மதுவிலக்கைக் கொண்டு வர வேண்டும் என ராமசேனா போராடுமா?

மது அருந்துவது உடல் நலத்திற்குக் கேடானது என்பதில் யாருக்கும் கருத்து வேறுபாடில்லை. மதுப் பழக்கம் காரணமாக ஆண்களால் சீரழிக்கப்படும் குடும்பங்களின் எண்ணிக்கை அளவற்றது. அன்றாடம் உடலுழைப்பினால் ஊதியம் பெறும் ஆண்கள், தங்களுடைய வருமானத்தில் கணிசமான அளவு மதுவிற்காகச் செலவிடுவதனால், வறுமையில் வாடும் பெண்களும் குழந்தைகளும் ஏராளம். எனவே பெண்ணோ, ஆணோ மது அருந்துதல் கூடாது என்ற வாதத்தில் சமூக அக்கறை உள்ளது. அக்கருத்து ஏற்புடையது. ஆனால் மது அருந்தும் பழக்கம் கடந்த இரண்டாயிரமாண்டுகளுக்கும் கூடுதலாகவே சமூகத்தில் ஊடுருவியுள்ளது. சங்க காலத்தில் வீட்டிற்கு வரும் புலவரைக் 'கள்' வழங்கி உபசரித்த தகவல் பதிவாகியுள்ளது. தமிழ்ப் பெண்கள் கள் அருந்திவிட்டுக் கண்கள் சொக்கி இருந்துள்ளனர். ஔவை கள்ளை விரும்பிக் குடித்துள்ளார். வேத காலத்தில் ஆரியர்கள் சோமபானம், சுராபானம் போன்ற போதைப் பொருட்களைப் பயன்படுத்தியுள்ளனர். பிற்காலத்தில் மதங்களின் செல்வாக்குப் பெருகிய காலக்கட்டத்தில், மனித உடலையே இழிவாகக் கருதி ஒதுக்கப்பட்ட சூழலில், புலன்களுக்குக் கொண்டாட்டம் தரும் 'மது' பஞ்சமா பாதகங்களில் ஒன்றாகக் கருதப்பட்டது. ஆனால் ஆண்கள் மட்டும் தொடர்ந்து மது அருந்திக் கொண்டேயிருந்தனர்.

இன்று இந்தியப் பழங்குடியினரிடையே பெண்கள் மது அருந்துதல் என்பது இயல்பானது. குஜராத்தில் வாழும் 'ரத்துவா' பழங்குடியினத்தில் பெண் கருவுற்றது முதல் மகப்பேறு வரை 'தரு' எனப்படும் கள் குடிப்பது அவசியமானது. குழந்தை நலமாகப் பிறக்க கர்ப்பமடைந்தவள் தினமும் மது அருந்திட வேண்டும் என்பது அவர்களிடையே நிலவும் பாரம்பரியமான நம்பிக்கை. இனவரைவியல் அடிப்படையில் ஆராய்ந்திடும்போது,

பழங்குடியினருக்கும் மதுவிற்குமான உறவு பிரிக்கவியலாதது என்று மானிடவியல் ஆய்வாளர் ரெங்கையா முருகன் குறிப்பிட்டுள்ளார்.

மரபு, பண்பாடு, விழுமியம் போன்ற அரூபமான சொற்கள் காலங்காலமாகப் பெண்களின் தோள்கள்மீதுதான் சுமத்தப்படுகின்றன. ஆண்கள் பண்பாட்டு வெளிக்கு புறத்தில் உலவும் வேற்றுக் கிரகவாசிகளா என்ற கேள்வி தோன்றுகிறது. மாதவிலக்கினுக்குள்ளாகி இருக்கும் பாஞ்சாலியின் தலைமுடியைப் பிடித்து இழுத்து அரசவைக்குக் கொண்டு வந்து, அவளுடைய சேலையை அவிழ்க்க முயன்ற துச்சாதனனும் சரி, நெட்டை மரங்களெனக் குனிந்து நின்ற பாண்டவர்களும் சரி, எந்தப் பண்பாட்டைக் கட்டிக் காத்தனர்? இதற்கும் 'பப்'பில் இருந்த இளைஞர்களின் தலைமுடியைப் பிடித்து இழுத்து வந்த ஸ்ரீராமசேனா கட்டிக் காக்க முயலும் பண்பாட்டிற்கும் என்ன வேறுபாடு உள்ளது? பெண்ணுடல்களை ஒரு பொருட்டாகக் கருதிடாத மரபு இன்று வரை பண்பாட்டின் பெயரால் தொடர்கிறது. பால் சமத்துவமற்ற நிலையினால் பெண்கள் தொடர்ந்து ஒடுக்கப்படுவதற்குப் 'பண்பாடு' கேடயமாக ஆண்களால் பயன்படுத்தப்படுகிறது. இந்தியப் பண்பாடு அல்லது இந்துப் பண்பாடு என்ற பெயரில் ஸ்ரீராமசேனாவில் பங்கேற்கும் ஆண்கள் எதை வலியுறுத்த முயலுகின்றனர் என்பது அடிப்படையான கேள்வி. மதத்தின் பெயரால் பெண்களைக் கேவலப்படுத்திடத் துணிந்திடும் ராமசேனாவினர்தான் பண்பாட்டின் போலீஸ் என்பது அவமானகரமானது.

இந்தியப் பண்பாடு சாதி, மதம் என்ற பெயரில் பெண்களுக்கு ஏற்படுத்தியுள்ள சேதங்கள் அளவற்றவை. இளம்பெண்ணின் கருப்பைத் தூய்மையில்தான் குறிப்பிட்ட சாதியினரின் தனித்துவமும் கௌரவமும் அடங்கியுள்ளதாக நம்புவது பொதுப்புத்தியில் உறைந்துள்ளது. ஒரு பெண் தனக்குப் பிடித்த வேற்றுச் சாதிப் பையனைத் திருமணம் செய்து கொண்டால், பண்பாடு என்ற பெயரில் அவளுக்குச் சித்ரவதை அல்லது மரணம் காத்திருக்கிறது. திருமணம் என்ற பெயரில் பெரும் தொகையைப் பெண் வீட்டாரிடமிருந்து பெறும் ஆண்களின் செயலைப் பண்பாடு ஏற்றுக் கொள்கிறது. திருக்குறள் தொடங்கி இன்றைய திரைப்படப் பாடல்கள்வரை பெண்ணுக்கு மட்டும் அறிவுரை வழங்கிக் கொண்டிருப்பது, பண்பாட்டின் பெயரால் இங்குத் தொடர்ந்து நடைபெறுகிறது. கடந்த இரண்டாயிரமாண்டுகளாக இந்தியாவெங்கும் ஆண்கள் நடத்திய ஆக்கிரமிப்புப் போர்களில், பாலியல் வன்புணர்ச்சிக்குள்ளாக்கப்பட்ட பெண்ணுடல்கள் பற்றி இந்தியப் பண்பாடு மௌனம் சாதிப்பது ஏன்? போரில் இறந்த

பெண் விடுதலைப்புலிகளின் நிர்வாண உடல்கள் மீது அத்துமீறும் சிங்கள ராணுவத்தினரான ஆண்கள் எந்தப் பண்பாட்டை முன்னிறுத்தியுள்ளனர்? பெண்ணை வெறும் உடல்களாக மாற்றியதுடன், ஒருநிலையில் அவற்றை அடிமை உடல்களாக்கிய ஆண்கள், காலந்தோறும் பெண்ணுக்கு மட்டும் 'பண்பாட்டு' முகமூடியை மாட்டி விடத்துடிப்பது அக்கிரமமானது அல்லவா?

கடந்த காலத்தில் பல்வேறு போராட்டங்களின் மூலம் பெண்கள், சமூகத்தில் தங்களுக்கான இடத்தை உறுதி செய்துள்ளனர். பல்வேறு பணிகளில் திறம்படச் செயலாற்றுவதன் மூலம் தங்கள் வருமானத்தில் சுயமாக வாழ்கின்றனர். பெண்களின் சுயேச்சையான வாழ்க்கை, வக்கிரம் பிடித்த ஆண்களின் மனத்தில் பதற்றத்தை ஏற்படுத்துகிறது. இதனால் பெண்கள் எந்தவகையான ஆடைகள் அணியவேண்டும் என்பது தொடங்கி, எதைச் செய்ய வேண்டும்? எதைச் செய்யக்கூடாது என்று புதிய விதிகளை வகுக்க முயலுகின்றனர். இது பெண்ணைச் சக உயிராகக் கருதாமல், தாயாகவும் மகளாகவும், மனைவியாகவும் கருதுவதன் வெளிப்பாடு. இந்நிலையானது பெண்ணை மீண்டும் பாலியல் பிம்பமாக்க முயலுகிறது. சமூகச் செயற்பாட்டில் பெண்ணின் தனித்த அடையாளத்தை மறுக்க விழையும் ஆண் மையவாதத்தின் வெளிப்பாடுதான் பண்பாட்டை முன்னிறுத்திப் பெண்கள்மீது நடத்தப்பெறும் தாக்குதல்களாக வெளிப்படுகின்றன.

'பப்' எனப்படும் பியர் மட்டும் விற்கப்படும் கடை, அரசாங்கத்திடம் உரிமம் பெற்று நடத்தப்படுகிறது. அங்கு யார் வேண்டுமானாலும் போகலாம். அங்கு செல்லப் பால் பேதம் எதுவுமில்லை. மது அருந்துதல் என்பது பிறருக்குத் தொந்தரவு தராத நிலையில் அது தனிமனித விவகாரம். இந்நிலையில் 'பப்'பிற்கு யார் போகலாம் யார் போகக்கூடாது என்பதைத் தீர்மானிப்பதற்கு ஸ்ரீராமசேனாவினருக்கு யார் அதிகாரம் தந்தது?

'பப்'பிற்கு இளம் பெண்கள் சென்றனர் என்பதற்காக அவர்களைத் தாக்கிய ஸ்ரீராமசேனையின் செயல் முழுக்க ரவுடித்தனமானது. வரலாறு முழுக்கப் பெண்ணுடலை ஒடுக்கி, ஆணுக்கான துய்ப்பு நிலமாகவும் கேளிக்கை மையமாகவும் மாற்றுவதற்குத் துணை புரிந்த மதத்தின் மேலாதிக்கத்தை மீண்டும் நடைமுறைப்படுத்த முயலுவது இந்தியா போன்ற பன்முகத் தன்மைகள் கொண்ட நாட்டின் இறையாண்மைக்குக் கேடு விளைவிப்பதாகும். பெண்ணின் தனித்துவத்தை மறுதலிக்கும் இத்தகைய போக்கினால், எதிர்காலத்தில் இந்தியாவில் 'இந்துவத் தாலிபான்கள்' தோன்றிட வாய்ப்பு ஏற்படும்.

பெண்ணுக்கு மட்டும் பண்பாட்டின் பெயரால் வழங்கப்படும் அறிவுரைகள், சமூக அடுக்கில் ஆணுக்கான அதிகாரமையத்தைத் தொடர்ந்து தக்க வைப்பதற்கான தந்திரமாகும். இத்தகைய போக்கினுக்கு எல்லா மதங்களும் துணை நிற்கின்றன. பெண்களின் தனித்துவத்தை ஏற்றுக் கொள்ளவியலாத இந்துமத அடிப்படைவாதியும், ஸ்ரீராம சேனையின் நிறுவன உறுப்பினருமான பிரவிண் வால்கே (வயது 40) கூறியது பின் வருமாறு, "இளம்பெண்கள் ஏன் 'பப்' பிற்குப் போகின்றனர்? அவர்கள் தங்களுடைய எதிர்காலக் கணவர்களுக்கு மதுவைப் பரிமாறப் போகின்றனரா? அவர்கள் சப்பாத்தி சுடுவதற்கு அறிந்திருக்கவில்லை. மதுக்கூடங்களும் 'பப்'புகளும் ஆண்களுக்கானவை. மங்களூரிலுள்ள எல்லாப் பெண்களும் இரவு ஏழு மணிக்குள் வீட்டிற்குள் இருக்க வேண்டும் என்பதை நாங்கள் உறுதி செய்ய விரும்புகிறோம்". பண்பாட்டினை முன்னிறுத்திப் பிரவீண் குறிப்பிட்டுள்ள ஆண்-பெண் உறவு, இருப்பு பற்றிய கருத்துகள் ஆழ்ந்த பரிசீலனைக்குரியன. ஆண்கள் மதுக்கூடங்களிலும் 'பப்'புகளிலும் தலை முழுகிடக் குடித்துக் கும்மாளமிட்டு எப்படி வேண்டுமானாலும் வாழலாம்; மனைவியை அடித்து உதைத்துத் துன்புறுத்தலாம்; தெருவில் கிடந்து புரளலாம்; யாரையாவது பாலியல் வன்முறைக்குள்ளாக்கலாம்; ரவுடித்தனம் செய்யலாம்; திருடலாம்; கொலை செய்யலாம்; அரசியலில் ஈடுபட்டு மில்லியன் கணக்கில் ஸ்விஸ் வங்கியில் பணம் சேர்க்கலாம். ஆனால் பெண்கள் மட்டும் இருட்டுவதற்குமுன் வீட்டிற்குத் திரும்பி, சப்பாத்திகளைச் சுட்டு அடுக்கி வைத்துக்கொண்டு, இரவில் எந்த நேரத்திலும் வீட்டிற்கு வரும் ஆண்களுக்காகக் காத்திருக்க வேண்டும். பண்பாட்டின் போதகர்களான ஆண்கள் போதை தலைக்கேற, வேட்டி அவிழ்ந்தது கூடத் தெரியாமல், நள்ளிரவில் வீட்டிற்குத் திரும்பினாலும், 'நளாயினி' போலப் பொறுமையுடன் பெண்கள் இருக்க வேண்டும். பொறுமை, சகிப்புத்தன்மை ஆகியன பெண்களுக்கு மட்டும் உரியது என்று இந்துப் பண்பாடு போதிப்பதை ஸ்ரீ ராமசேனாவினரும் வலியுறுத்துகின்றனர், அவ்வளவுதான்.

சாதி, மதம், அரசியல் எனப் பல்வேறு பிரிவுகளாகப் பிளவுண்டு தங்களுக்குள் மோதிக் கொண்டிருக்கும் ஆண்கள், 'பண்பாடு' என்ற பெயரில் பெண்களின்மீது சுமையை ஏற்றுவதில் மட்டும், வேற்றுமைகளை மறந்து, ஒத்த கருத்துடன் செயல்படுகின்றனர். இன்றையப் பெண்களின் தனித்துவமான போக்கும், சுயமான பாலியல் விழைவும் மரபு வழிப்பட்ட ஆண்களின் மனத்தில் அச்சத்தை ஏற்படுத்துகின்றன. மதத்தின் பெயரால் கடந்த பல நூற்றாண்டுகளாக விதிக்கப்பட்டிருந்தத்

தடைகளைப் பெண்கள் தகர்க்கத் துணிந்தவுடன், 'இந்தியப் பண்பாடு' என்ற பெயரில் ஆண் மேலாதிக்கக் கருத்துகளை மீண்டும் மீண்டும் வலியுறுத்த முயலுவதுதான், ஸ்ரீராமசேனாவின் செயற்பாடாக வெளிப்பட்டுள்ளது. பெண்கள் பியர் குடிப்பது உடல் நலத்திற்குக் கேடானது என்ற வருத்தம் இருப்பது உண்மையாக இருப்பின், அவர்களுடைய நடைமுறை வேறு வகைப்படடதாக இருந்திருக்கும். கேவலம் பொம்பளை 'பப்'புக்குப் போவதா? என்ற எரிச்சல்தான் பெண்களின் தலைமுடியைப் பிடித்து இழுத்து வரத் தூண்டியுள்ளது. பெண்ணின் விருப்பத்தை ஒடுக்கும் இத்தகைய முயற்சி, பெண்ணின் இருப்பை மறுப்பதுடன், அவளுடைய சுயமான பாலியல் விழைவை ஒடுக்குவதையும் உள்ளடக்கியுள்ளது.

உலகமயமாக்கலின் விளைவாகப் பெண்ணுடலை விளம்பரப் பொருளாக்குவதுடன் போகப் பொருளாக்குவதும் துரிதமாக நடைபெற்றுக் கொண்டிருக்கின்றது. தொலைக்காட்சி ஊடகங்களின் மூலம் சித்திரிக்கப்படும் பெண்ணுடல்களின் நகல்கள் தனித்தன்மை அற்று விளங்குகின்றன. எல்லாவற்றையும் விற்பனைப் பொருளாக்கும் நுகர்பொருள் பண்பாட்டில் இந்தியப் பெண் பற்றிய மரபு வழிப்பட்ட நிலை தகர்க்கப்பட்டுப் பன்னாட்டுக் கம்பெனிகளுக்கேற்ற 'பண்பாடு'தான் புதிதாகக் கட்டமைக்கப்பட்டுள்ளது. பன்னாட்டுக் கம்பெனிகள் அள்ளித் தரும் ஊதியமும், அந்நிறுவனங்களில் நிலவும் சூழலும்தான் சில இளம்பெண்களைப் 'பப்' பிற்குப் போக தூண்டியுள்ளன. மேலைநாட்டுக் கம்பெனிகளின் மூலதனம் இந்தியாவிற்குள் நுழையும்போது, அதற்கேற்ற சமூகச் சூழலும் இங்கு உருவாக்கப்படுகிறது. இத்தகு சூழலில் பெண்கள் விதிவிலக்கு அல்ல. பொருளாதாரரீதியிலும் பண்பாட்டுரீதியிலும் இந்திய மக்களைச் சுரண்டிக் கொழுத்துக்கொண்டிருக்கும் பன்னாட்டுக் கம்பெனிகளின் சுரண்டலை எதிர்த்துக் குரல் கொடுக்க வக்கற்று, அவற்றின் கால்களில் விழுந்து கிடக்கும் இந்துத்துவக் கட்சிகளின் ஜால்ராவான ஸ்ரீராமசேனா, பெண்கள்மீது தாக்குதலைக் தொடுப்பது பேடித்தனமானது. இன்னொருநிலையில், நாட்டின் வாழ்வாதாரமான பிரச்சினைகளைப் பற்றி யாரும் அக்கறை கொண்டு விடாமல், 'பண்பாடு' என்ற பெயரில் அட்டைக் கத்தியைச் சுழற்றி, எல்லோரின் கவனத்தையும் திசை திருப்பும் வேலையையும் நாசுக்காகச் செய்கின்றன.

மங்களூரில் பெண்களுக்கு ஏற்பட்ட துக்ககரமான சம்பவம், இந்திய அரசியல்வாதிகளின் ஓட்டாண்டித்தனத்தை மீண்டும் ஒருமுறை அம்பலப்படுத்தி விட்டது. மதத்தின் பெயரால் அரசியலைக் கட்டமைத்து, ஆட்சியைப் பிடிக்கத் துடிக்கும்

மத அடிப்படைவாதக் கட்சிகளின் செயற்பாடு ஓரளவு வெளிப்படையானது. ஜனநாயக வழியில் நம்பிக்கையுடன் அரசியலை மேற்கொண்டுள்ள, பொது நீரோட்டத்திலிருக்கும் முக்கியமான அரசியல் கட்சிகள்கூட இச்சம்பவத்தில் மௌனம் சாதிக்கின்றன. குறைந்தபட்சம் பெண்கள்மீது நிகழ்த்தப்பட்ட வன்முறைக்குக் கண்டனம்கூட தெரிவிக்கவில்லை. பெண் மது அருந்துதல் என்ற தனிப்பட்ட செயலினைப் 'பண்பாடு' என்ற புனைவின் மூலம் அவளைத் தண்டிக்க முயலும் மத அடிப்படைவாதக் கட்சிகளுடன், ஜனநாயகத்தில் நம்பிக்கைமிக்க கட்சிகளும் ரகசியமாகக் கூட்டுச் சேர்ந்திருப்பது அருவருப்பானது. இந்தியப் பண்பாடு என்ற பெயரில் சங்பரிவாரம் முன்னிறுவதைப் பிற அரசியல் கட்சிகள் ஏற்றுக் கொள்வது என்பது அபாயகரமானதாகும்.

'பெண்கள் மது அருந்தக் கூடாது' என்று ஸ்ரீராமசேனா தடை விதிப்பது மேலோட்டமாகப் பார்க்கும் போது சரி என்று தோன்றலாம். ஏனெனில் பண்பாடு என்ற புனைவில் மரபு வழிப்பட்ட மனநிலை பலருக்குள்ளும் பொதிந்துள்ளது. ஆனால் அக்கருத்து ஏற்புடையதன்று. ஏனெனில் ஸ்ரீராமசேனாவின் திட்டம் இத்துடன் நின்று விடாது. எதிர்காலத்தில் இந்து மதத்தினை முன்னிறுத்தி, ஒவ்வொருவரின் குடும்பத்திற்குள்ளும் நுழைந்து இப்படித்தான் வாழ வேண்டுமென்ற நெருக்கடியை ஏற்படுத்தும். காலப்போக்கில் பழங்குடியினர், முஸ்லிம்கள் போன்றோரின் செயற்பாடுகள் குறித்துப் பண்பாட்டுரீதியில் முரண்பாடான கருத்துகள் விதைக்கப்படும். 'ராம ராஜ்ஜியம்' என்ற கனவுடன் மக்களின் வாழ்க்கையைத் தீர்மானிப்பதுடன், அதிகாரத்தின் உச்சியில் 'கொலு'வீற்றிருக்க ஸ்ரீராமசேனா முயலும். பண்பாடு என்ற போர்வையில் மத அடிப்படைவாதம் நுழைவதற்கு அனுமதித்தால், இன்று பெண்களின் சுதந்திரம் பறிபோகும். நாளை மதத்தின் பெயரால் எதுவும் நடைபெறுவதற்கான விஷச் சூழலில் எல்லோரும் மாட்டிக் கொள்வதற்கான நிலை ஏற்படும். மங்களூர் சம்பவத்தை நாட்டின் எங்கோ ஒரு மூலையில் சில இளம்பெண்கள் மீது நடைபெற்ற தாக்குதல் என்று எளிதில் புறக்கணிக்கக் கூடாது. எதிர்காலத்தில் பண்பாட்டின் பெயரால் எதுவும் நடைபெறுவதற்கான சாத்தியப்பாடுகள் உருவாகவிருப்பதன் முன்னறிவிப்பாகக் கருதவேண்டும். மக்களின் அடிப்படை உரிமைகளில் நம்பிக்கையுள்ளவர்கள் வாழும் இன்றைய சிவில் சமூகத்தில், மங்களூர் சம்பவமானது காட்டு மிராண்டித்தனத்தின் உச்சகட்டமாகும்.

(உயிர் எழுத்து, ஏப்ரல்–2009)

நேற்று: இளவரசன், இன்று: சங்கர், நாளை: ?

எழுபதுகளில் கல்லூரியில் படித்தபோது. விடுதியில் என்னுடன் தங்கியிருந்த நண்பர்களில் சிலர் காதலிப்பதை லட்சியமாகக் கொண்டிருந்தனர். எதைப் பற்றிப் பேசினாலும், எங்கே போனாலும் காதல் பற்றிய நினைவுகளில் மிதந்தனர். திரைப்படங்களும் மாணவர்களின் காதல் மனவுணர்வுகளைத் தூண்டி விட்டன. அப்போது நண்பன் ஒருவன், தான் தீவிரமாகக் காதலிக்கிற இளம்பெண்ணைக் கடத்திட்டுப்போய் திருமணம் செய்யப் போகிறேன் நீயும் உதவிக்கு வா என என்னை அழைத்தான். எனக்கு நிஜமாகவே பயம். அந்தப் பெண் வீட்டுக்காரனுக எப்படிப்பட்ட ஆளுக என்று கேட்டேன். அதற்கு அவன் "கொஞ்சம் அடாவடிக்காரனுக" என்றான். அந்தப் பெண்ணைத் தூக்கிட்டுப் போனால் நிச்சயம் வெட்டுவானுக என்றால், விஷயத்தை மறுபரிசீலனை பண்ணலாம் என்றவுடன், என்னைக் "கோழை, கையாலாகாதவன்" என்று திட்டினான். காதலின் புனிதம் தெரியாமல், எப்பவும் புத்தகங்களைக் கட்டியழுகிற என்னால் ஒரு பிரயோஜனமும் இல்லை என்று கசப்புடன் சொல்லிவிட்டுப் போனான். அதற்குப் பின்னர் எனது தோற்றத்தையும் அடாவடிப் பேச்சையும் வைத்துக் காதலர்கள் ஒன்று சேருவதற்கு உதவி கேட்டவர்கள் எல்லாம் வெறுப்புடன் விலகிப் போனார்கள். சரி, 'காதலுக்காகக் காதலன் உயிரை விடலாம். நான் எதற்காக அநியாயமாக வெட்டுப்பட வேண்டும், எனப் பகடியுடன் நினைத்துக் கொள்வேன். நாடோடி திரைப்படத்தில் நடிகர் சசிகுமாரும் அவருடைய நண்பர்களும் காதலர்களை ஒன்று சேர்த்து வைப்பதற்காக உயிரைக்கூட விடுவதற்கு முன்வரும் துணிச்சலான காட்சிகளைப் பார்த்தவுடன்

என் மனதில் நெருடல். எண்பதுகளின் நடுவில் நெருக்கமான சிநேகிதர், தனது காதலுக்காக உதவி கேட்டவுடன், அநதப் பெண்ணின் சாதிப் பின்புலம், பணபலம் பற்றிக் கேட்டவுடன், "கொஞ்சம் யோசியுங்கள். காதலா? உயிரா? என்றால் உயிர்தான் முக்கியம்." என்ற எனது பேச்சை நண்பர் கேட்கவில்லை. காதலின் மேன்மைகள் குறித்துப் பதிவாக்கியுள்ள உலக இலக்கியத்தின் உன்னதமான புத்தகங்களை வாசித்து உருகிய என்னால் ஏன் தமிழகத்துக் காதல்களை ஏற்றுக்கொள்ள முடியவில்லை என்பது முக்கியமான கேள்வி? மதுரைக்கு அருகிலுள்ள சமயநல்லூர் கிராமத்தில் எங்கும் படர்ந்திருந்த சாதியத்தின் கொடூரத்தை சின்ன வயதில் இருந்து ஒவ்வொருநாளும் நேரில் அனுபவித்தது, எனக்குள் ஆழமான கசப்பாக ஊறியிருந்தது. இன்னொருபுறம் ஆதிக்க சாதியினரின் அடாவடிச் செயல்கள், பிதியைக் கிளப்பின. அன்றைய காலகட்டத்தில் தமிழகத்தின் கிராமப்புறங்கள், சாதியத்தின் போலிப் பெருமையில் மிதந்தன. ஆதிக்க சாதியினரின் அதிகார வேட்டைக்களமாக விளங்கிய சூழலில், இடைநிலைச் சாதியினர், தலித்துகள் தினமும் எதிர்கொண்ட துயரங்களுக்குக் கணக்கேது? தமிழன் என்ற சொல்லைவிட ஒவ்வொருவரும் பிறப்பின் அடிப்படையில் குறிப்பிட்ட சாதியினர் என்றுதான் கிராமங்களில் அறியப்பட்டனர்.

தமிழகக் கிராமப்புறங்களில் பிற சாதியில் திருமணம் செய்தவர்கள் பற்றிக் கேவலமாகப் பேசுவது எழுபதுகளில் அழுத்தமாக நிலவியது. பொருளியல்ரீதியில் வளமற்று, பண்ணையில் ஆண்டுக்கூலிக்காகக் கொத்தடிமையாக வேலை செய்கின்ற தலித் இளைஞன், உயர்சாதிப் பெண்ணுடன் காதல் வயப்பட்டு ஊரை விட்டுப் போய் விட்டால், அந்நிகழ்வு மன்னிக்க முடியாத குற்றமாகக் கருதப்பட்டது. ஊர்க்காரர்கள் ஒன்று திரண்டு போய்த் தேடி, அந்தக் காதல் ஜோடியை இழுத்து வந்து, வழங்கிய தண்டனை என்பது உயிர்ப்பலிதான். செங்கல் காளவாயின் அடுப்பில் காதல் ஜோடிகளின் உடல்கள் திணிக்கப்பட்டு எரிக்கப்பட்டன. சில இடங்களில் ஊருக்கு வெளியே கண்மாய்க்குள் அடுக்கப்பட்ட விறகுக்கட்டைகள்மீது கிடத்தப்பட்ட உடல்கள் உயிரோடு கொளுத்தப்பட்டன. போலீஸ் என்ற அமைப்பு, சாதியக் கருத்தியலுடன் ஒத்திசைந்திருந்ததனால், இத்தகைய காதலர் கொலைகளைக் கண்டு கொள்ளவில்லை. சாதிய வளையத்திலிருந்து அத்துமீறுகின்ற காதல் இணைகளுக்கு வழங்கப்பட்ட தண்டனை, அந்த வட்டாரம் முழுக்கக் காற்றில் பரவும். ஆதிக்க சாதியைச் சார்ந்த பெண், வேறு சாதியைச் சார்ந்த பையனை விரும்பியது தெரிந்தால், அப்புறம் காற்றில் சீறும்

அரிவாளினால் அநியாயமாக இளைஞனின் உடல் ஒச்சமாகும்; சில வேளைகளில் பிணமாகும்; சிலவேளைகளில் இளைஞன் காணாமல் போவான்.

காதலர்களை ஊர்ப் பஞ்சாயத்தில் வைத்துச் சாட்டைக் குச்சிகளினால் சரமாரியாக அடித்த காட்சியைச் சிறுவனாக இருந்தபோது பதற்றத்துடன் பார்த்திருக்கிறேன். இளம்பெண், வலி தாங்கிடாமல் கத்தியதைக் கேட்ட அவளுடைய பெற்றோர் சலனமற்று இருந்தனர். கிராமத்து வாழ்க்கை என்பது யதார்த்தத்தில் சாதியத்தின் நெருக்கடியில் இன்றளவும் திணறிக்கொண்டிருக்கிறது. காதலுக்காக உயிர், உடைமை இழந்த இளைஞர்களின் அவலநிலை பற்றி அறிந்த நிலையில், ஆதிக்க சாதியினரின் வன்முறை நிச்சயம் வெளிப்படும் எனில், அந்தக் காதலைக் கைவிட்டு விடலாம் என்பதுதான் எனது ஆலோசனையாக இருந்தது. ஒட்டுமொத்தச் சமூகமே நாசகாரக் கும்பலாகக் காதலை முன்வைத்துக் கொலைகளைச் செய்யும்போது, என்ன செய்வது என்பது முக்கியமான கேள்வி? சாதியின் ஆதிக்கத்தை எதிர்த்துப் போராடிப் பலியாவது வேறு, காதலை முன்வைத்துச் சாதியக் கொடுமையினால் பலியாவது வேறு என்ற புரிதல் இளைஞர்களுக்கு ஏற்பட வேண்டும். மனித உயிர் நிச்சயம் மலிவானது அல்ல. அதிலும் முதல் தலைமுறையில் பட்டதாரியாகும் மகன் பற்றிய கனவில் மிதக்கும் பெற்றோர், காதலுக்காக மகனைப் பலியாகத் தருவது கொடூரத்தின் உச்சம்.

இளவரசன்—திவ்யா காதல் பற்றி, என்னதான் முற்போக்கு அரசியல் கட்சிகள், ஊடகங்கள் ஒடுக்குமுறைக்கு எதிராகப் பேசினாலும், தண்டவாளத்தின் ஓரத்தில் கல்குவியல்மீது கிடந்த உயிரற்ற உடல் ஏற்படுத்திய பதற்றம், இன்னும் தணியவில்லை. செம்புலப்பெயல் நீர் போல ஒன்றிணைந்த அன்புடைய நெஞ் சங்களுக்கு ஆதிக்க சமூகம் தந்த பரிசு, பலிதான். இன்று சங்கர். சிவந்த ரத்தம் கசிந்திட வெட்டுண்டு கிடந்த சங்கரின் உடலைப் பார்த்துக் கதறியழுத பெற்றோரின் துயரத்தை எழுதிடச் சொற்கள் இல்லை. கல்வி கற்று உயர்நிலையை அடையவிருக்கும் பிள்ளைகளைச் சாதியத்தின் கொடூரத்திற்குப் பறி கொடுத்துவிட்டுத் தவிக்கின்ற, உறவினர்களின் ஓலங்கள் காற்றில் மிதக்கின்றன. முகநூல் உள்ளிட்ட சமூக வலைத்தளங்களில் ஆதிக்க சாதியினரின் கொடுமைகள் குறித்து துணிச்சலுடன் எழுதுவதுதான் நடுத்தர வர்க்கத்தினரால் முடியக்கூடியதாக இருக்கிறது. கையறு நிலையில் ஆத்திரத்தை எழுதுவதனால், அக்கிரமத்திற்கு எதிராகக் கிளர்ந்து எழுந்தது போன்று பிரேமை தோன்றுகிறது. நெட்டை மரங்கள்

என நின்று புலம்புவதுதான் சமூக யதார்த்தம். அரசியல் கட்சிகள், சங்கரின் கொலையைக் கண்டித்து அறிக்கை விடவில்லை என ஆதங்கபடுவது எதற்காக? இன்று தமிழகத்தில் சாதிய ஏற்றத்தாழ்வை எல்லா நிலைகளிலும் ஊட்டி வளர்த்து வருகின்ற அ.தி.மு.க., திமுக., பா.மக., தே.தி.மு.க., போன்ற அரசியல் கட்சிகளிடமிருந்து ஆதரவையும் நியாயத்தையும் எதிர்பார்ப்பது என்பது, தலை அரிக்கிறது என்பதற்காக எரிகிற கொள்ளியை எடுத்துச் சொறிவதற்கு ஒப்பானதாகும். ஓநாய்களிடம் இருந்து எப்படி நீதி கிடைக்கும்?

தேசிய மனித உரிமைக் கமிஷன் வந்து விசாரித்து அறிக்கை வழங்குவதனால், தமிழர்களின் சாதிய மனப்பான்மையில் மனமாற்றம் வந்து விடுமா? ஒவ்வொரு கொலையின்போதும் மக்களின் ஆத்திரம் தணிவதற்காகச் செயல்படும் கமிஷன் அறிக்கை, இதுவரை என்ன சாதித்திருக்கிறது? அறுபதுகளில் பெரியார் தலைமையிலான அமைப்பினர் நடத்திய போராட்டங்களினல், உயர் சாதியினரின் ஆதிக்க அரசியலும், சாதியக் கொடுமையும் சற்றுத் தணிவதாகத் தோன்றியது, இன்று மீண்டும் விஸ்வரூபம் எடுத்துள்ளது. கல்விப்பரவல், நகரமயமாதல் காரணமாகச் சமூக விழிப்புணர்வு ஏற்பட்டு, சாதியப் பாகுபாடுகள் ஒழிந்துவிடும் என்ற நம்பிக்கை, சிதிலமாகியுள்ளது. உலகமயமாக்கல் அரசியல் சூழலில் தமிழ் அடையாளம் நசிந்திடும் நிலையில், சாதி மட்டும் ஏன் இத்தனை ஆழமாகவும் அகலமாகவும் பல்கிப் பெருகிறது என்ற கேள்வி தோன்றுகிறது.

எழுபதுகளில்கூட சமூக மாற்றத்திற்காகப் புரட்சி பற்றிய நம்பிக்கையை தமிழர்களிடம் விதைத்த பொதுவுடமைக் கட்சிகள், இன்று வலுவிழந்து போய் விட்டன. தொழிற்சங்கங்கள் எல்லா மட்டங்களிலும் டம்மியான நிலையில், மாற்று அரசியல் என்ற பேச்சுக்கே இடம் இல்லை. தலித் என்ற சொல் ஏற்படுத்தும் இழிவிலிருந்து தப்பிப்பதற்காக கிறிஸ்தவ மதத்திற்கு மாறியவர்கள், தலித் கிறிஸ்தவர்கள் என்றே அறியப்படுகின்றர். இஸ்லாம் மதத்திற்கு மாறிய தலித்துகள், தனியாகவே ஒதுக்கப்பட்டுள்ளனர். கருப்பாயி என்ற பெயர் நூர்ஜஹான் என மாற்றப்பட்டதுதான் மிச்சம். இந்து மத அடிப்படை வாதம் பேசுகின்ற ஆர்.எஸ்.எஸ்., இந்து மக்கள் முன்னணி போன்ற அமைப்புகள், சாதிய ஏற்றத்தாழ்வைக் கண்டுகொள்வதில்லை. அவை, நிலவும் சாதிய ஏற்றத்தாழ்வுகள் தொடர வேண்டுமென விரும்புகின்றன. முன்னணி அரசியல் கட்சிகளின் மாவட்டச் செயலர்களில், தலித்துகளுக்கு இடம் எதுவுமில்லை என்பது அவற்றின் சாதிய அணுகுமுறையை

வெளிப்படுத்துகிறது. தமிழ்ச் சமூகத்தை இன்றும் மநு தருமம்தான் ஆட்சி செய்கிறது.

சங்கர் கொலை சம்பவத்தில் தமிழ்த் தேசியம் பேசுகிற பிழைப்பு அரசியல்வாதிகளின் போலி முகமூடிகள் கழன்று விழுந்து அம்பலமாகியுள்ளன. ஊழலையே செயல்பாடாகக்கொண்ட அரசியல் கட்சிகளின் ஆட்சியதிகாரத்தில், மக்களின் அடிப்படைப் பிரச்சினைகள் தீர்க்கப்படவில்லை. மாற்றாக சாதிய, மத அடைப்படைவாத அரசியல், தமிழகம் எங்கும் வலுவாகப் பரவிக் கொண்டிருக்கிறது. கல்வி, மருத்துவம், சாலைப் போக்குவரத்து போன்ற அடிப்படையான அம்சங்களில் ஒதுங்கிக்கொண்ட தமிழக அரசு, 6,500க்கும் கூடுதலான மதுபானக் கடைகளை நடத்துகிறது. மக்களால் தேர்ந்தெடுக்கப்பட்ட அரசுக்கும் மது மாபியாக்களுக்கும் இடையில் ஆழமான உறவு உள்ளது. ஆயிரம் பணியிடங்களுக்கு ஏழு லட்சம் இளைய தலைமுறையினர் தேர்வு எழுதுவதைவிட வேறு அவலம் உண்டா? இருப்பதா/ இறப்பதா? என்ற சூழலில், இருப்பினில் இருந்து அந்நியமாகும் பெரும்பான்மையினர் எதையாவது பற்றிக்கொள்ள முயலுகின்றனர். எண்பதுகளில் வெளியான 'அந்நியமாதல்' நூலில் எஸ்.வி.ராஜதுரை, எதிர்காலத்தில் உழைப்பில் இருந்து அந்நியப்படும் மக்களின் எண்ணிக்கை பெருகிடும்போது, சாதிய சங்கங்களின் ஆதிக்கம் தமிழகத்தில் மேலோங்கும் எனக் குறிப்பிட்டிருந்தது, இன்று நடைமுறையாகி விட்டது. அரசியல்ரீதியில் நம்பிக்கை இழந்த மக்கள், ஏதோ ஒன்றைத் தேடி அலைகின்றனர். இந்த இடத்தில் முதலில் சாதியும் இரண்டாவதாக மதமும் முக்கிய இடங்கள் வகிக்கின்றன.

மாற்று அரசியல்மீது நம்பிக்கையிழந்த மக்களுக்கு மனச்சோர்வைப் போக்கவும் ஆறுதலாகவும் சாதி சங்கங்கள் விளங்குகின்றன. மதுரை வட்டாரத்தில் தேவர் ஜெயந்தி, மருது சகோதரர் ஜெயந்தியின் போது வீதிகள்தோறும் தோன்றும் பிளக்ஸ் போர்டுகள், சாதிய அமைப்புகளின் பெருமையைப் பறை சாற்றுகின்றன. பெரும்பாலான போர்டுகளில் வேட்டி கட்டிய இளைஞர்கள் மீசையை முறுக்கியவாறு காட்சி அளிக்கின்றனர். ஆண்ட பரம்பரை என மன்னர்களின் வாரிசுகளாகத் தங்களைப் பிரகடனப்படுத்துகிறவர்கள், சிங்கங்கள் நாங்கள் எங்களைச் சீண்டிப் பார்த்தால் விடுவோமா? எனச் சவால் விடுகின்றனர். சென்னையில்கூட சிங்கம், சிறுத்தை, புலி எனப் படங்கள் போட்ட பிளக்ஸ் போர்டுகள், ஆதிக்க சாதியினரின் சாதித்திமிரை வெளிப்படுத்துகின்றன. வட மாவட்டங்களில் பல்லவர்களின்

வாரிசாகத் தங்களைக் கருதிக்கொள்கிற வன்னியர்களை உருவாக்கும் பா.ம.க.கட்சியின் நுண்ணரசியல் வேறு வகைப்பட்டது. எங்கும் சாதியத்தின் அருமை பெருமைகளைப் பேசிடும் அரசியல், கடந்த இருபதாண்டுகளாகத் தமிழகத்தில் வலுத்து விட்டது. அதனுடைய விளைவுதான் பட்டப்பகலில் பேருந்து நிலையம் அருகில் சங்கரின் கொடூரமான கொலை. எங்களை உனது சட்டத்தினால் என்ன செய்ய முடியும் என்ற ஆதிக்க சாதியினரின் சவால் எங்கும் ஒலிக்கிறது. கீழ்மட்ட நீதிமன்றம், ஒருவேளை கொலையாளிகளுக்குத் தூக்குத் தண்டனை வழங்கினால், அடுத்து என்ன நடக்கும்? தங்கள் சாதியைச் சார்ந்த பெண்ணைத் தலித் சாதியைச் சார்ந்த வாலிபன் திருமணம் செய்து விட்டான் என ஆத்திரப்பட்டவர்கள், உணர்ச்சி வேகத்தில் கொலை செய்துவிட்டார்கள் என அனுதாபமடையும் உச்ச நீதிமன்றம், ஆயுள் தண்டனையாக மாற்றித் தீர்ப்பு வழங்காது என்பதற்கு எவ்விதமான உத்திரவாதமும் இல்லை. இதுதான் பலரும் பெருமையாகப் பீற்றிக்கொள்ளும் இந்திய அரசியலமைப்புச் சட்டத்தின் யோக்கியதை. சட்டத்திற்கு முன்னர் எல்லோரும் சமம் என்பது வெறும் வாய்ச்சவடால்.

இளம் பருவத்தில் ஒத்த கருத்துடைய இளைஞனுக்கும் இளைஞிக்கும் இடையில் அரும்பும் காதல் என்ற மெல்லிய உணர்வு இயற்கையானது. ஆனால் எங்கள் சாதிப் பெண்ணை விரும்பினால், அதற்கு விலை, வாலிபனின் உயிர் என்று கொக்கரிக்கும் ஆதிக்க சாதியினரின் கை மேலோங்கியிருக்கும்போது என்ன செய்வது? யாருடைய உயிருக்கும் பாதுகாப்பற்ற சூழலில், காதலிக்கிற இளைஞர்கள் எப்படியும் கொல்லப்படுவார்கள் என்பதை அறிவிப்பதுதான், பட்டப்பகலில் ஊரறிய தலித் இளைஞன் வெட்டி வீழ்த்தப்படுவது. சிவில் சமூகத்தில் சாதியை முன்னிறுத்திப் பீதியை ஏற்படுத்த முயலும் உயர் சாதியினரின் அடாவடிச் செயல்களை எப்படி அணுகுவது என்ற கேள்வி தோன்றுகிறது. எத்தகைய தந்திரங்களைக் கையாண்டு சாதிய மேலாதிக்கத்தை வீழ்த்துவது என்பதுதான், இன்று தமிழர்கள் எதிர்கொண்டிருக்கும் முக்கியமான சவால்.

(உயிர்மை, ஏப்ரல்–2016)

இயற்கையோடு இயைந்த வாழ்க்கை: சங்க காலத் தமிழரும் இன்றைய சென்னைவாசிகளும்

எண்பதுகளில் வைகை ஆற்றங்கரையில் அமைந்துள்ள எங்கள் கிராமமான சமயநல்லூரில் நெல் விளைந்திருக்கும் வயலில் ஆறடிக்கும் குறையாத சாரைப்பாம்பு, சரசரவென ஊர்ந்து போகும். அதைப் பார்த்த விவசாயிகள் யாரும் அடித்துக் கொல்ல முயல மாட்டார்கள். 'அது பாட்டுக்குப் போகுது, எலியைப் பிடித்துத் தின்னும்' எனச் சொல்வார்கள். அசைவ உணவுப் பழக்கமுடையவர்கள்கூட தங்கள் உடலின்மீது ஊர்ந்திடும் பூச்சிகளைப் பிடித்துக் கொல்ல மாட்டார்கள்; மெல்லத் தட்டி விடுவார்கள். மாடுகளை வாய் இல்லாத ஜீவராசி என்பார்கள். தேவையற்ற முறையில் மரத்தைக்கூட வெட்டிட மாட்டார்கள். பூமிப்பந்தில் எல்லோருக்கும் இடம் உண்டு என்பதை ஏற்றுக்கொண்ட மனநிலை, கிராமத்தினரிடையே பரவலாக இருந்தது. கண்ணுக்கெட்டிய தொலைவு விரிந்து பரந்திருக்கும் நிலப்பரப்பினை மலை, காடு, கடல், வயல், வறண்ட நிலம் எனப் பிரித்த, தமிழரின் நினைவுக்குள் நிலமும் வெளியும் பொதிந்திருந்தன. இளவேனில் தொடங்கிப் பின் பனிக்காலம் வரை ஆறு காலங்களாகத் தமிழகத்தில் தட்பவெப்பநிலை பிரிக்கப்பட்டிருந்தாலும், எல்லாக் காலங்களிலும் ஒரேவிதமான ஆடை, உணவுடன் வாழ்ந்திட முடியும். கி.பி.13 ஆம் நூற்றாண்டில் இத்தாலியிலிருந்து இந்தியாவிற்கு வந்த யாத்திரிகரான மார்க்க போலோவின் குறிப்புகள், மதுரையில் வாழ்ந்த மக்களைப் பற்றிக் குறிப்பிடுகின்றன. அன்றைய தமிழர்கள் இடுப்பில் வேட்டியை மட்டும் அணிந்து, பாய் விரிக்கப்பட்டிருந்த தரையில் அமர்ந்திருந்தனர் என்ற விவரணையில், இன்றளவும் பெரிய மாற்றம் எதுவும் இல்லை. வறண்ட பாலைவனம், உறைபனி

என வாழ்வதற்குக் கடினமான நிலப்பரப்பு தமிழகத்தில் இல்லாத நிலையில், குறைந்தபட்ச தேவைகளுடன், மக்கள் எளிய வாழ்க்கை வாழ்ந்து வந்தனர்.

20ஆம் நூற்றாண்டின் தொடக்கத்திலும் சுயதேவையைப் பூர்த்தி செய்த தமிழகக் கிராமங்களில் வாழ்ந்தவர்களின் நிலை, இன்று முழுக்க மாறியுள்ளது. நுகர்பொருள் பண்பாட்டின் ஆதிக்கம் எங்கும் பரவியுள்ளது. வயலில் விதையை விதைத்துவிட்டு, அவை முளைவிட்டு செடியாகிப் பலன் தரும்வரை, ஆறு மாதங்கள் காத்திருக்கும் விவசாயிகளுக்கு இயற்கையின் சூட்சுமங்கள், நன்கு தெரியும். கார் காலத்தில் நிலவைச் சுற்றிக் காட்சியளிக்கும் வட்டக் கோட்டையைப் பார்த்தவுடன், இந்த வருஷம் பொழியவிருக்கும் மழையின் அளவை முன்னதாகச் சொல்லும் விவசாயிக்கு இயற்கையின் போக்கு பிடிபடும். தட்டான்கள் தரையையொட்டித் தாழப் பறந்தால் அன்று மழை பொழியும் என்பது யதார்த்தமான நிகழ்வு. மதியம் கசகசப்பாக வியர்த்தால், மாலையில் மழை கொட்டப்போகும் என்று கிராமத்தினர் சொல்வது அப்படியே நடைபெறும். எழுபதுகளில்கூட அடைமழை என்பது கார்த்திகை மாதத்தில் சாதரணமாக நிகழும் என்பதைப் பள்ளிக் குழந்தைகளும் அறிந்திருந்தனர். தண்ணீரின் அருமையைத் தமிழர்கள் நன்கு அறிந்திருந்ததால்தான், தமிழகம் முழுக்க நீர்நிலைகள் அமைத்தனர். வீட்டிற்கு யார் வந்தாலும் குடிப்பதற்காகச் செம்பு நிறைய தண்ணீர் தரும் தமிழகக் கிராமங்களில் இன்று வாட்டர் பாட்டில்கள் விற்பனையாகிக் கொண்டிருக்கின்றன. வெள்ளம் வந்தால் என்ன செய்ய வேண்டும் என்று போன தலைமுறையினர் அறிந்து வைத்திருந்தனர். ஓரிரு காட்டாறுகள் தவிர , வேறு நீர் ஆதாரம் அற்ற புதுக்கோட்டை மாவட்டம் முழுக்கக் கண்மாய்கள், குளங்கள் உருவாக்கப்பட்டிருப்பது, பண்டைத் தமிழரின் நீர் மேலாண்மை சார்ந்தது. யோசிக்கும்வேளையில் தமிழர்களின் வாழ்க்கையே இயற்கையுடன் இயைந்த நிலையில் அமைந்திருந்தது.

இயற்கை மனிதர்களுக்கு எதிரியாகச் செயல்படுகிறதா என்ற கேள்வி முக்கியமானது. மனிதன் ஒரு இயற்கைஜீவி என்ற புரிதல் இல்லாமல் நடத்தப்படும் அத்துமீறல்களால் ஏற்பட்டுள்ள சேதங்கள் அளவற்றவை. கி.பி.16–ஆம் நூற்றாண்டில் தொடங்கிய ஐரோப்பியரின் காலனிய அதிகார ஆட்சியில் ஆசிய ஆப்ரிக்க நாடுகளின் இயற்கை வளம் நாசமாகிப்போனது, பெரும் சோகம். ஆண்டு முழுக்க மழை பொழிந்திடும் மழைக்காடுகள் எனப்படும் சோலைகள் நிரம்பிய மேற்கு தொடர்ச்சி மலைகளை ஐரோப்பிய காலனியாதிக்கவாதிகள், மொட்டையாக்கியது, இன்றளவும்

தமிழகத்தின் சூழலியத்திற்குக் கேடு விளைவித்துள்ளது. நீருற்றுகள் வறண்டதால் வருஷம் முழுக்க ஓரளவு தண்ணீர் பாய்ந்த ஓடைகள் காணாமல் போயின. வான் பொய்ப்பினும் தான் பொய்யாத வையை என்னும் குலக்கொடியானது, எழுபதுகளில்கூட மணல் பரப்புடன் மதுரைக்காரர்களின் பயன்பாட்டில் இருந்தது. இன்று வையை, இன்னொரு கூவம் போல மாறி விட்டது. மக்களுக்கு உணவளித்த அருமையான நஞ்சை நிலத்தைக் கடந்த முப்பதாண்டுகளில் தமிழகமெங்கும் பிளாட்டுகளாகப் பார்க்கத் தொடங்கியுள்ளனர். பரந்த நிலப்பரப்பின் வழியே காலங்காலமாகப் பாய்ந்து கொண்டிருந்த வாய்க்கால்களை மறித்துக் கட்டடங்கள் எழுப்பத் தொடங்கியது, இயற்கையைக் குறைத்து மதிப்பிட்ட செயலாகும் . இன்று சென்னை மாநகரம் எதிர்கொண்டிருக்கும் பேரவலத்திற்கான முதன்மைக் காரணம், இயற்கையின் பேராற்றலை மறந்ததுதான். கெடுப்பதும், கெட்டவர்க்குச் சார்பாகப் பொழியும் மழையின் இயல்பை திருவள்ளுவர் சொல்லியிருப்பது இன்றைக்கும் பொருந்தும், நடுத்தர வர்க்கத்தினரின் கனவான சென்னையில் வீடு என்பது, ஓரிரவில் பெருகி வந்த வெள்ளத்தினால் சிதைந்து போனது. வீடு முழுக்கச் சேமித்து வைத்திருந்த பொருள்கள் அழிந்து போயின. குடிநீர், மின்சாரம், உணவு, அலைபேசி இல்லாமல் இருப்பதா இறப்பதா எனப் போராடிய சென்னைவாசிகளின் அனுபவங்கள் கொடுங்கனவாகப் பல்லாண்டுகளுக்குத் துரத்திக் கொண்டிருக்கும்.

நீர் இன்றி அமையாது உலகம் எனப் பல நூற்றாண்டுகளுக்குக் முன்னர் கண்டறிந்திட்ட பரம்பரையில் வந்த தமிழர்கள், கடந்த காலத்தைப் பின்னோக்கிப் பார்க்க வேண்டியுள்ளது. தொழில்நுட்பரீதியில் பல்வேறு வசதிகள் வந்து விட்டன என்ற போதிலும், இயற்கையின் சீற்றத்தை எப்படி எதிர்கொள்வது என்பது ஒருவகையில் சவால்தான். சங்க காலத்தில் வாழ்ந்த தமிழர்கள் தகவல் தொடர்பு, போக்குவரத்து வசதிகள் அற்ற சூழலில் வாழ நேர்ந்தாலும், தங்களைச் சுற்றிலும் காட்சியளிக்கும் இயற்கையைப் புரிந்து கொள்ள முயன்றனர். அறிவியல்ரீதியில் சௌகரியமாக வாழ்வதாக நம்பிக் கொண்டிருக்கும் இன்றைய தலைமுறையினர், சங்கத் தமிழர்களிடமிருந்து கற்றுக்கொள்ள விஷயங்கள் இருப்பது, விநோதம்தான். இயற்கையுடன் இயைந்து வாழ்வதைச் சங்கத் தமிழர்கள் முதன்மையான பிரச்சினையாகக் கருதினர். இயற்கையின் பிரமாண்டமான ஆற்றல்கள், மனிதர்களால் விளங்கிட இயலாத சவால்களாகவும் புதிர்களாகவும் விளங்கின. ஒவ்வொரு நாளும் எதிர்கொண்ட இயற்கையின் பேராற்றலுடன் ஒத்திசைந்து வாழ்ந்திட முயன்றபோது, கடவுள் பற்றிய எண்ணம் தோன்றியது..

இயற்கைக்கும் தங்களுக்குமான உறவினை புரிந்துகொள்ள விழைந்த தமிழர்கள், ஏதோவொரு மாய ஆற்றல் எல்லாவற்றையும் இயக்குவதாக நம்பினர். மாந்திரிகச் செயல்பாடுகள்மூலம் இயற்கையுடன் தொடர்புகொள்ள முடியுமென்று நம்பியபோது மந்திரம், சடங்குகள் ஏற்படுத்தப்பட்டன. பலிகள் தந்து வழிபாட்டின்மூலம் இயற்கையை அமைதிப்படுத்தலாம் என்ற முயற்சியானது, இயற்கை ஏற்படுத்திய அச்சத்தின் விளைவாகும்.

சங்கத் தமிழர்கள் பெரும் வெள்ளம், புயல், மழை, நிலநடுக்கம் போன்றவற்றில் இருந்து தங்களைத் தற்காத்துக் கொள்வதற்காகக் கடுமையாக முயற்சித்தனர். இயற்கையில் இருந்து தன்னை அந்நியப்படுத்தி அறிந்திடும் அறிவு வளர்ச்சியடைந்தபோது, இயற்கையையே கடவுளாகக் கருதி வழிபட வேண்டிய சூழல் ஏற்பட்டது. எனவேதான் ஐந்திணை நிலப்பரப்பில் மலை, கடல், காடு, நீர்நிலைகள் சார்ந்து வாழ்ந்து வந்த தமிழர்கள் மரங்கள், மலைமுகடுகள், சுனைகள், கடற்கரை, ஆள் புழக்கமற்ற காடுகள், இரவு நேரம் போன்றவற்றில் கட்புலன்களுக்குத் தென்படாத சக்திகள் உறைந்திருப்பதாக நம்பினர். அவற்றை வழிபடுவதன்மூலம் அழிவுகளில் இருந்து விடுபடலாம் என நம்பினர்.

கடவுள் என்ற கருத்தானது, தமிழர்களைப் பொறுத்தவரையில் தொடக்கத்தில் இயற்கையின் பேராற்றலையே குறித்தது. சூர், அணங்கு, சூலி, முருகு போன்ற கடவுள்கள் இயற்கை சார்ந்த இடங்களில் தங்கியிருப்பதான நம்பிக்கை, சங்க காலத்தில் வலுவாக நிலவியது. அணங்கு, வரையரமகளிர், சூர் போன்ற பேராற்றல்கள், குறிப்பாகப் பெண்களைப் பிடித்துக்கொண்டு அவர்களுடைய உடலினை மெலிவித்துக் கேடு செய்கின்றனவாகக் கருதப்பட்டன. அச்சம், வருத்தம் என்று பொருள் தருகின்ற வகையில் அணங்கு, பேய், சூர் போன்ற பெயர்களால் கடவுள்கள் குறிக்கப்பட்டாலும், அவற்றின் பேராற்றல் காரணமாக வணங்கப்பட்டன. மனிதனுக்கு நன்மை செய்யும் பேராற்றலைவிட, கெடுதல் செய்யும் பேராற்றலான இயற்கை பற்றிய சிந்தனைதான் முதன்முதலாக வழிபடவும், சடங்குகள் செய்யவும் தூண்டின.

அணங்கைப் போலவே அச்சம் தருகின்ற இன்னொரு கடவுளான சூர், பொதுவாக மலைப்பகுதியில் செல்கிறவர்களுக்கு வருத்தம் அளித்தது. சூர் என்பது சூர்மகள் எனப்பட்டது. சூரானது மலைச்சுனை, மலைத்தொடர், மலை ஆகிய மக்கள் நடமாட்டம் இல்லாத இடங்களில் உறைந்திருந்தது. சூர் குடியிருக்கும் மலையில் முளைத்துள்ள தழையினைத் தீண்டினாலும், வாடச் செய்தாலும், அது வருத்தும் என்ற நம்பிக்கை நிலவியது. அதனால்

வரையாடுகள்கூட சூர் உறைந்திடும் மலையிலுள்ள தழையினை உண்ணாமல் ஒதுங்கி இருந்தன.

வாடல் கொல்லோ தாமே அவன் மலைப்
போருடை வருடையும் பாயா
சூருடை அடுக்கத்த கொயற்கு அருந்தழையே? **(நற்றிணை:359)**

சூர் கடவுளினால் பற்றப்பட்ட விலங்குகளும் நடுக்கம் அடைகின்ற நிலயை 'சூர் உறு மஞ்ஞையின் நடுங்க'(குறிஞ்சிப்பாட்டு:169) என்ற பாடல் வரி வெளிப்படுத்துகிறது. சூர் இருக்கும் என்று கருதப்படுகின்ற மலையை விட்டு, அச்சம் காரணமாக மக்கள் ஒதுங்கி இருந்தனர்.

எல்லா மலைகளிலும் தெய்வங்கள் உறைவதாக நிலவிய நம்பிக்கை, இயற்கையுடன் தொடர்புடையது. அணங்குடை நெடுவரை(அகம்:22), அணங்குடை வரைப்பு(அகம்:372), அணங்கொடு நின்றது மலை(நற்றிணை:165) போன்ற பாடல் வரிகள் மலையில் உறைந்திருக்கும் கடவுளைக் குறிக்கின்றன. அவை மலைகளைக் காக்கும் செயலைச் செய்வதான நம்பிக்கை நிலவியது.. இத்தகைய காவல் தெய்வங்கள் மிகுந்த வலிமையுடையன; மக்களை வருத்தும் இயல்புடையன. மலையில் வாழ்கின்ற பெண் கடவுளான வரையரம்மகளிர் பூக்களில் தங்கிருந்து கண்டார்க்கு அச்சத்தை ஏற்படுத்தினர். மலைக்குகைகளில் உறைந்திருக்கும் வரையரம்மகளிர் வழிப்போக்கர்களின் கண்களுக்குத் தென்படாமல் மறைந்திருக்கின்றனர்(அகம்:342). மலையில் வாழும் கடவுளான அணங்கினுக்குக் குன்றவர் தமது சுற்றத்தினருடன் கூடிப் படையல் இட்டு வழிபடுகின்றனர். பழுத்த மாங்கனிகள் , பலாச்சுளைகள், தேன், மூங்கிலில் தயாரிக்கப்பட்ட கள் போன்றவற்றை அணங்கினுக்குப் படைத்துவிட்டுப் பின்னர் அவற்றை உண்டு மயங்கினர்.

தேன் தேர் சுவைய, திரள் அரை, மா அத்து
கோடைக்கு ஊழ்த்த, கமழ் நறுந்தீம் கனி,
பயிர்ப்புறப் பலவின் எதிர்ச்சுளை அளைஇ,
இறாலொடு கலந்த, வண்டுமூசு அரியல்
நெடுங்கண் ஆடு அமைப் பழுநி, கடுந்திறல்
பாப்புக் கடுப்பு அன்ன தோப்பி வான்கோட்டுக்
கடவுள் ஓங்குவரைக்கு ஓச்சி, குறவர்
முறிதழை மகளிர் மடுப்ப, மாந்தி
அடுக்கல் ஏனல் இரும்புனம் மறந்துழி **(அகம்:348)**

குறவர்கள் மலையில் உறைந்திருக்கும் கடவுளைத் தம்முடைய பெண்களுடன் சேர்ந்து வழிபட்ட காட்சி விவரிக்கப்பட்டுள்ளது. மலையே கடவுளாகக் கருதப்பட்டது.

மரம், செடி, கொடிகள் அடர்ந்திருக்கும் சோலைகளிலும் கடவுள் உறைந்திருப்பதாக நம்பி மக்கள் வழிபட்டதை 'காடும் காவும் கவின்பெறு துருத்தியும்' என என நக்கீரர் குறிப்பிடுவதிலிருந்து அறிய முடிகிறது. பெரிய மரங்களின் அடிமரங்களில் கடவுள் இருப்பதாகக் கருதுவது பாடல்களில் இடம் பெற்றுள்ளது. தெய்வம் சேர்ந்த பராரை வேம்பில்(அகம்:309), கடவுள் மரத்த முள்மிடை குடம்பை(அகம்:348). பனை, வேம்பு, ஆலமரம், மராமரம், வேங்கை, வாகை, மருது, ஓமை போன்ற மரங்களில் இருக்கும் கடவுள்கள், பிறர்க்கு அச்சம் தருவதலால் அவற்றை வணங்கிடுவதற்காகப் பெரிய மலர் மாலைகள் சார்த்தி வணங்கப்பட்டன; பலி கொடுத்துத் தம்மைக் காத்திடுமாறு தொழுதல் நிகழ்ந்தது. ஊரார் கூடுகின்ற பொது இடத்தில் இருந்த முதிய மரமும் பலி கொடுக்கின்ற பீடமும், கடவுள் எழுதிய தூணும் இருந்தன. அவற்றுக்குப் பலி கொடுக்க முடியாதவாறு, ஊரார் வேற்றூர் சென்றுவிட்டால், கடவுள்களும் வேறிடங்களுக்குச் சென்றிடும் இயல்புடையவனாக இருந்தன. மரங்களில் துடியான கடவுள்கள் உறைந்திருப்பதான நம்பிக்கை, நிலவியது.

நீர் நிலைகளான ஆறு, சுனை, குளம், கடல், கழிமுகம், ஆற்றின் நடுவில் அமைந்திருக்கும் திட்டு போன்றவற்றில் கடவுள் உறைவதாகக் கருதி வழிப்பட்ட நிலை சங்க காலத்தில் வழக்கினில் இருந்தது. துறை எவன் அணங்கும்(ஐங்குறுநூறு:53), அருந்திறற் கடவுள் அல்லன் பெருந்துறைக் கண்டு இவள் அணங்கியோளே (ஐங்குறுநூறு:182) என்ற வரிகள், பெண்களைத் துன்புறுத்தும் நீர்க்கடவுள்களைச் சுட்டுகின்றன. சூர்ச்சுனை (அகம்:91) என்ற வரி சுனையில் இருக்கும் சூர் கடவுளைக் குறிக்கின்றது. அணங்குடை முந்நீர்(அகம்:220), பெருந்துறைப்பரப்பின் அமர்ந்து உறை அணங்கோ (நற்றிணை:155), கடல்கெழு செல்வி(அகம்:370) போன்ற வரிகள் கடல் சார்ந்த கடவுளைக் குறிக்கின்றன. பிரமாண்டமான கடல் ஏற்படுத்திய அச்சம் காரணமாக அது வழிபடும் கடவுளானது. கடல், மலை, ஆறு, காடு போன்றவற்றைச் சிதலமாக்காமல், சங்கத் தமிழர் அவற்றுடன் அமைதியான முறையில் ஒத்துப்போக முயன்றது குறிப்பிடத்தக்கது.

இன்று கடல், ஆறு, மலை, காடுகள் போன்றவற்றை வணங்க வேண்டியது இல்லை. ஆனால் அவற்றின் பேராற்றல் முன்னர், மனிதன் கையறு நிலையில் இருப்பதை ஏற்றுக்கொள்ள வேண்டும்.

ஊழல் அரசியல்வாதிகளும், ரியல் எஸ்டேட்காரர்களும், கார்ப்பரேசன் அதிகாரிகளும், கல்விக் கொள்ளையர்களும், மல்டி ஸ்பெஷாலிடி மருத்துவமனைக்காரர்களும் இயற்கையை எதிர்த்து என்ன வேண்டுமானாலும் செய்வோம் எனத் திமிருடன் செய்த செயல்களுக்கான கொடிய விளைவுகளைப் பார்த்து, சென்னை நகரம் உறைந்து விட்டது. இதனால் 'ஏலி ஏலி லாமா சபக்தானி'(என் தேவனே ஏன் என்னைக் கைவிட்டீர்) எனச் சிலுவையில் அறையப்பட்ட இயேசு கதறிய நிலைக்கு சென்னைவாசிகள் உள்ளாக நேரிட்டுள்ளது.

'மாமழை போற்றுவோம் மாமழை போற்றுவோம்' எனச் சிலப்பதிகாரத்தில் இளங்கோவடிகள் போற்றிய மழை, ஒருபோதும் மக்களுக்கு எதிரானது அல்ல என்பதைப் புரிந்துகொள்ள வேண்டியது அவசியம். மனிதர்களின் பேராசையின் விளைவினால் இயற்கையைப் புறக்கணித்ததுதான், இப்பொழுது நடந்திட்ட அவலங்களுக்கு மூலகாரணம். இயற்கையின் சீற்றத்தை எப்படி இணக்கமாக அணுகுவது என்ற வழிமுறைகளைக் கண்டறிய வேண்டும். இயற்கையைப் போற்றி, திட்டமிடாத நிலையில் எதுவும் நடைபெறுவதற்கான சாத்தியப்பாடுகள் இருக்கின்றன என்பதுதான், சென்னையில் கொட்டிய மழையும் வெள்ளமும் உணர்த்தியுள்ள பாடங்கள். யோசிக்கும்வேளையில் இயற்கையின் பெருங்கருணையில்தான் மக்களின் அன்றாட வாழ்க்கையே நடைபெற்றுக் கொண்டிருக்கிறது. இன்று வாழ்க்கை நவீனமாகி விட்டது என்று எதை வேண்டுமானாலும் செய்வோம் என இறுமாப்புடன் சென்னை நகரத்தைத் துண்டாடியவர்களின், செயல்களுக்கான பின்விளைவுகளைச் சென்னைவாசிகள் மோசமாக அனுபவித்து விட்டனர். இனிமேல் என்ன செய்வது? 'தவறுகளில் இருந்து நாம் பாடங்களைக் கற்றுக் கொள்வோம்" என்று சீனப் புரட்சியாளர் மாவோ சொன்னது, இன்றைய தமிழகச் சூழலுக்குப் பொருத்தமாக உள்ளது.

(உயிர்மை, ஜனவரி-2016)